ALLT LITLAR PLÖTUR MATREIÐSLUBÓKIN

Frá brunch til kokteiltíma, yfir 100 uppskriftir til að gleðja góminn þinn

Heiða Njóla Guðjónsdóttir

Höfundarréttarefni ©2023

Allur réttur áskilinn

Án rétts skriflegs samþykkis útgefanda og höfundarréttareiganda er ekki hægt að nota eða dreifa þessari bók á nokkurn hátt, lögun eða form, nema fyrir stuttar tilvitnanir sem notaðar eru í umsögn. Þessi bók ætti ekki að koma í staðinn fyrir læknisfræðilega, lögfræðilega eða aðra faglega ráðgjöf.

EFNISYFIRLIT

- EFNISYFIRLIT 3
- KYNNING 7
- SÓSUR OG GLÆSUR 8
  - 1. Ananas salsa 9
  - 2. Rauðvíns-misósósa 11
  - 3. Cilantro-Mint Chutney 13
  - 4. Soja-ediki dýfingarsósa 15
  - 5. Sichuan chili olía 17
- SÚRSTUR GÆNMETI 19
  - 6. Fljótlegur súrsaður rauðlaukur 20
  - 7. Fljótleg súrsuð agúrka og baunaspírur 22
- LÚKUR KRYDDBRENNUN 24
  - 8. Pistasíudúkka 25
  - 9. Allt bagel krydd 27
  - 10. Za'atar 29
  - 11. Shichimi Togarashi 31
- NIBBAR 33
  - 12. Marineraðar grænar og svartar ólífur 34
  - 13. Southern Cheese Straws 36
  - 14. Smurt popp 38
  - 15. Caprese teini 40
  - 16. Olives All'Ascolana 42
  - 17. Steiktar súrum gúrkum 45
  - 18. Kælt marinerað tófú 48
  - 19. Prosciutto-vafðar fíkjur með Gorgonzola 51
  - 20. Jalapeño Poppers 53

21. Svín í sæng 55
22. Pakoras 58
23. Socca með karmelluðum lauk og rósmarín 61
24. Grilluð polenta með rauðlauk og gorgonzola 65
25. Pajeon 68
26. Spínatferningar 73
27. Karaage 76
28. Ofnbakaðir Buffalo Wings 79
29. Auðveldar eggjarúllur 81
30. Spínat og Edamame hrísgrjónakökur 84
31. Green Chile Cheeseburger Sliders 87
32. Klassískir kráar plöntu-undirstaða renna 90
33. Heilhveiti pítuflögur með pipar 93
34. Sítrónu-pipar kjúklingavængir 95

SÚRUR, DIPS OG SMÁR 97

35. Fljótleg gulrótargúrkur 98
36. Bloody Mary Pickled Aspas Spears 100
37. Cajun súrsuðu okra 102
38. Fyllt súrsuð kirsuberjapipar 104
39. Grænt ólífu tapenade 106
40. Pimento ostaálegg 108
41. Þeytt fetadýfa 110
42. Heimagert Labneh 112
43. Chunky Guacamole 114
44. Ultracreamy Hummus 116
45. Sætkartöfluhummus 119
46. Smjörbauna- og ertadýfa með myntu 122
47. Baharat nautaálegg 125
48. Stökkur sveppir og súmakálegg 127

EFNISYFIRLIT

- EFNISYFIRLIT 3
- KYNNING 7
- SÓSUR OG GLÆSUR 8
  - 1. Ananas salsa 9
  - 2. Rauðvíns-misósósa 11
  - 3. Cilantro-Mint Chutney 13
  - 4. Soja-ediki dýfingarsósa 15
  - 5. Sichuan chili olía 17
- SÚRSTUR GÆNMETI 19
  - 6. Fljótlegur súrsaður rauðlaukur 20
  - 7. Fljótleg súrsuð agúrka og baunaspírur 22
- LÚKUR KRYDDBRENNUN 24
  - 8. Pistasíudúkka 25
  - 9. Allt bagel krydd 27
  - 10. Za'atar 29
  - 11. Shichimi Togarashi 31
- NIBBAR 33
  - 12. Marineraðar grænar og svartar ólífur 34
  - 13. Southern Cheese Straws 36
  - 14. Smurt popp 38
  - 15. Caprese teini 40
  - 16. Olives All'Ascolana 42
  - 17. Steiktar súrum gúrkum 45
  - 18. Kælt marinerað tófú 48
  - 19. Prosciutto-vafðar fíkjur með Gorgonzola 51
  - 20. Jalapeño Poppers 53

21. Svín í sæng 55

22. Pakoras 58

23. Socca með karmelluðum lauk og rósmarín 61

24. Grilluð polenta með rauðlauk og gorgonzola 65

25. Pajeon 68

26. Spínatferningar 73

27. Karaage 76

28. Ofnbakaðir Buffalo Wings 79

29. Auðveldar eggjarúllur 81

30. Spínat og Edamame hrísgrjónakökur 84

31. Green Chile Cheeseburger Sliders 87

32. Klassískir kráar plöntu-undirstaða renna 90

33. Heilhveiti pítuflögur með pipar 93

34. Sítrónu-pipar kjúklingavængir 95

SÚRUR, DIPS OG SMÁR 97

35. Fljótleg gulrótargúrkur 98

36. Bloody Mary Pickled Aspas Spears 100

37. Cajun súrsuðu okra 102

38. Fyllt súrsuð kirsuberjapipar 104

39. Grænt ólífu tapenade 106

40. Pimento ostaálegg 108

41. Þeytt fetadýfa 110

42. Heimagert Labneh 112

43. Chunky Guacamole 114

44. Ultracreamy Hummus 116

45. Sætkartöfluhummus 119

46. Smjörbauna- og ertadýfa með myntu 122

47. Baharat nautaálegg 125

48. Stökkur sveppir og súmakálegg 127

49. Muhammara 129

50. Caponata 131

51. Baba Ghanoush 134

52. Skordalia 137

53. Spínat- og ætiþistladýfa 140

54. Chile con queso 142

55. Sikil P'ak 144

56. Buffalo Chicken Dip 147

57. Kjúklingalifrarpaté 150

58. Reykt silungspaté 153

59. Létt sveppapaté 155

OSTUR OG EGG 158

60. Frico Friabile 159

61. Marineraður Manchego 161

62. Auðvelt afhýða harðsoðin egg 164

63. Reykt silungs djöfuleg egg 166

64. Sojamarineruð egg 168

65. Rófusýrð egg 171

66. Cheddar ostastokkur með graslauk 174

67. Geitaostatré með heslihnetu-Nigella Dukkah 177

68. Bakaður geitaostur 180

69. Bakað Brie með hunangsuðum apríkósum 183

70. Saganaki 185

71. Eggerúlaði með spínati og Gruyére 188

72. Morgunverðarsmjörbollar 190

73. Spænsk Tortilla 192

74. Quesadillas fyrir mannfjöldann 195

SALAT TIL AÐ DEILA 198

75. Tómatsalat 199

76. Rakað kúrbítssalat með pepitas 201

77. Jurtasalat 203

78. Pai Huang Gua 205

79. Gulrótasalat að marokkóskum stíl 208

80. Gajarachi Koshimbir 211

81. Epla-fennel Rémoulade 214

82. Fennikus-, appelsínu- og ólífusalat 216

83. Sítrus og Radicchio salat með döðlum 218

84. Peach Caprese salat 221

85. Burrata salat með Pangrattato og basil 223

86. Vatnsmelónusalat með Cotija og Serrano 226

87. Ferskt fíkjusalat 229

88. Fava bauna- og radísusalat 232

89. Som Tam 235

90. Horiatiki Salata 238

91. Butternut Squash og Apple Fattoush 241

92. Kartöflusalat með sólþurrkuðum tómatsósu 244

93. Sætkartöflusalat með möndlum 247

94. Brún hrísgrjón með fennel og sveppum 250

95. Farro salat með Sugar Snap baunum og hvítum baunum 253

96. Kamut með gulrótum og granatepli 256

97. Stökkt linsubauna- og kryddjurtasalat 258

98. Túnfiskur og Heirloom tómatsalat 260

99. Krabbi og Mizuna salat 262

100. Pinto baunir, ancho og nautasalat 264

NIÐURSTAÐA 267

KYNNING

Litlir diskar eru fullkomin leið til að skemmta, hvort sem þú ert að halda afslappaða samveru með vinum eða formlegri kvöldverðarveislu. Þessir ljúffengu og skapandi bitar eru ekki aðeins sjónrænt töfrandi, heldur einnig fullir af bragði og áferð. Í þessari Small Plates Cookbook finnur þú yfir 100 uppskriftir innblásnar af matargerð víðsvegar að úr heiminum, allt frá klassískum spænskum tapas til miðausturlenskra mezzes til töff asískra fusion bita.

Fegurð lítilla diska felst í fjölhæfni þeirra. Þeir geta verið bornir fram sem forréttur, snarl eða jafnvel heil máltíð, allt eftir tilefni. Þau eru líka fullkomin til að deila, sem gerir gestum þínum kleift að prófa ýmsar mismunandi bragðtegundir og áferð. Auk þess, með litlum diskum, geturðu orðið skapandi með framsetningu og notað einstaka rétti og diska til að lyfta stíl veislunnar.

Þessi matreiðslubók er hönnuð til að hjálpa þér að búa til töfrandi litla diska sem munu heilla gesti þína án þess að þurfa flókna tækni eða erfitt að finna hráefni. Með skref-fyrir-skref leiðbeiningum og gagnlegum ráðum og brellum muntu geta búið til glæsilega diska sem líta út eins og þeir hafi verið gerðir af faglegum matreiðslumanni.

Allt frá bragðmiklum bitum eins og crostini og bruschetta til sætra góðgæti eins og smá ostakökur og súkkulaðitrufflur, það er eitthvað fyrir alla í þessari matreiðslubók. Og með hráefnum eins og árstíðabundnum ávöxtum, ferskum kryddjurtum og framandi kryddi geturðu verið viss um að hver uppskrift er að springa af bragði.

Þannig að hvort sem þú ert að halda notalega kvöldverðarveislu eða stóran viðburð, þá hefur þessi matreiðslubók með litlum diskum allt sem þú þarft til að skapa eftirminnilega og ljúffenga upplifun fyrir gestina þína.

SÓSUR OG GLÆSUR

1. **<u>Ananas salsa</u>**

Gerir um 2 bolla
Virkur tími 15 mínútur
Heildartími 15 mínútur
Ekki nota niðursoðinn ananas í þessari uppskrift. Fyrir sterkari salsa skaltu geyma og bæta við jalapeño fræjum.
2 bollar (12 aura) 1 tommu ananas stykki
3 jalapeño chiles, stilkaðir, fræhreinsaðir og skornir í ½ tommu bita
1 bolli fersk kóríanderlauf
¼ bolli grófsaxaður rauðlaukur
2 hvítlauksrif, möluð og afhýdd
1 matskeið ferskur lime safi
1 matskeið extra virgin ólífuolía
½ tsk matarsalt
½ tsk pipar

Púlsaðu ananas, jalapeños, kóríander, lauk og hvítlauk í matvinnsluvél þar til hann er grófsaxaður, um það bil 6 belgjurtir, skafðu niður hliðar skálarinnar eftir þörfum. Flyttu yfir í framreiðsluskál. Hrærið limesafa, olíu, salti og pipar saman við. Berið fram.

2. Rauðvíns-misósósa

Gerir um ⅓ bolla
Virkur tími 35 mínútur
Heildartími 35 mínútur
1 bolli þurrt rauðvín
1 bolli grænmetissoð
2 tsk sykur
½ tsk sojasósa
1 matskeið ósaltað smjör
5 tsk misó

Látið vín, seyði, sykur og sojasósu malla í 10 tommu pönnu við miðlungshita og eldið þar til það er minnkað í ⅓ bolla, 20 til 25 mínútur. Af hita, þeytið smjör og misó út í þar til það er slétt.

3. Cilantro-Mint Chutney

Gerir um 1 bolla
Virkur tími 10 mínútur
Heildartími 10 mínútur
2 bollar fersk kóríanderlauf
1 bolli fersk myntulauf
⅓ bolli hrein jógúrt
¼ bolli fínt saxaður laukur
1 matskeið lime safi
1½ tsk sykur
½ tsk malað kúmen
¼ tsk matarsalt
Vinnið allt hráefni í matvinnsluvél þar til það er slétt, um 20 sekúndur, skafið niður hliðar skálarinnar eftir þörfum. (Chutney má geyma í kæli í allt að 2 daga.)

4. Soja-ediki dýfingarsósa

Gerir um ¼ bolla
Virkur tími 5 mínútur
Heildartími 5 mínútur
2 matskeiðar sojasósa
1 matskeið vatn
2 tsk eimað hvítt edik
1 tsk sykur
Þeytið allt hráefnið í skál þar til sykurinn er uppleystur.

5. **Sichuan chili olía**

Gerir um 1½ bolla
Virkur tími 40 mínútur
Heildartími 40 mínútur, auk 12½ klst kæling og sitjandi
Við viljum frekar Sichuan chili duft hér, en kóreskar rauðar piparflögur (gochugaru) eru góður valkostur.

½ bolli asískt chiliduft
2 matskeiðar sesamfræ
2 matskeiðar Sichuan piparkorn, grófmalað, skipt
½ tsk matarsalt
1 bolli jurtaolía
1 (1 tommu) stykki engifer, óafhýðið, sneið í ¼ tommu hringi og möluð
3ja stjörnu anísbelgir
5 kardimommubelgir, muldir
2 lárviðarlauf

1 Blandaðu saman chilidufti, sesamfræjum, helmingnum af möluðum piparkornum og salti í skál. Blandið saman olíu, engifer, stjörnuanís, kardimommum, lárviðarlaufum og piparkornunum sem eftir eru í litlum potti og eldið við lágan hita, hrærið stundum þar til kryddið hefur dökknað og blandan er mjög ilmandi, 25 til 30 mínútur.

2 Sigtið blönduna í gegnum fínmöskva sig í skálina með chiliduftblöndunni (blanda gæti bólað lítillega); fleygðu föstu efni í sigti. Hrærið vel til að blanda saman. Látið standa við stofuhita þar til bragðefnin blandast saman, um það bil 12 klukkustundir. (Chili olíu má geyma við stofuhita í allt að 1 viku eða í kæli í allt að 3 mánuði.)

SÚRSTUR GÆNMETI

6. Fljótlegur súrsaður rauðlaukur

Gerir um 1 bolla
Virkur tími 10 mínútur
Heildartími 10 mínútur, auk 1 klst kæling
Leitaðu að stífum, þurrum lauk með þunnt, glansandi húð og djúpfjólubláan lit.
1 bolli rauðvínsedik
⅓ bolli sykur
¼ tsk matarsalt
1 rauðlaukur, helmingaður í gegnum rótarenda og þunnar sneiðar
Látið edik, sykur og salt malla í litlum potti við meðalháan hita, hrærið af og til þar til sykurinn hefur leyst upp. Af hita, hrærið lauknum saman við, hyljið og látið kólna í stofuhita, um 1 klukkustund. (Súrur laukur má geyma í loftþéttum umbúðum í allt að 1 viku.)

7. **Fljótleg súrsuð agúrka og baunaspírur**

Gerir um 2 bolla
Virkur tími 10 mínútur
Heildartími 10 mínútur, auk 1 klst
Vertu viss um að tæma grænmetið eftir 1 klukkustund, annars mun áferðin byrja að mýkjast hratt.
1 bolli ókryddað hrísgrjónaedik
2 matskeiðar sykur
1½ tsk matarsalt
4 aura (2 bollar) baunaspírur
1 agúrka, afhýdd, skorin í fjórða lengd eftir endilöngu, fræhreinsuð og þunnar sneiðar eftir hlutdrægni
Þeytið edik, sykur og salt í miðlungsskál þar til sykur og salt hafa leyst upp. Bætið baunaspírum og gúrku saman við og blandið saman. Þrýstið varlega á grænmetið til að fara á kaf. Lokið og látið sitja við stofuhita í 1 klukkustund; holræsi. Berið fram. (Súrur má geyma í kæli í allt að 1 dag.)

LÚKUR KRYDDBRENNUN

8. Pistasíudúkka

Gerir um ⅓ bolla
Virkur tími 15 mínútur
Heildartími 15 mínútur
1½ msk sesamfræ, ristuð
1½ tsk kóríanderfræ, ristuð
¾ tsk kúmenfræ, ristuð
½ tsk fennelfræ, ristuð
2 msk pistasíuhnetur, ristaðar og fínt saxaðar
½ tsk matarsalt
½ tsk pipar

Vinnið sesamfræ í kryddkvörn eða mortéli og stöpull þar til þau eru grófmaluð; flytja í skál. Vinnið kóríanderfræ, kúmenfræ og fennelfræ í tómri kvörn þar til þau eru fínmöluð. Færið í skál með sesamfræjum. Hrærið pistasíuhnetur, salti og pipar í sesamblönduna þar til það er blandað saman. (Dukkah má geyma í kæli í allt að 1 mánuð.)

9. Allt bagel krydd

Gerir 5 teskeiðar
Virkur tími 5 mínútur
Heildartími 5 mínútur
1 tsk sesamfræ
1 tsk valmúafræ
1 tsk þurrkaður hakkaður hvítlaukur
1 tsk þurrkaðar laukflögur
1 tsk kosher salt
Blandið öllu hráefninu saman í skál. (Krydd er hægt að geyma í loftþéttum umbúðum í allt að 3 mánuði.)

10. Za'atar

Gerir um ⅓ bolla
Virkur tími 10 mínútur
Heildartími 10 mínútur
2 matskeiðar þurrkað timjan
1 matskeið þurrkað oregano
1½ matskeiðar malað súmak
1 msk sesamfræ, ristuð
¼ tsk matarsalt

Myljið timjan og óreganó með kryddkvörn eða mortéli og stöpull þar til það er fínmalað og duftkennt. Settu í skál og hrærðu saman við sumak, sesamfræ og salti. (Za'atar má geyma í loftþéttum umbúðum við stofuhita í allt að 1 ár.)

11. Shichimi Togarashi

Gerir um ½ bolli
Virkur tími 10 mínútur
Heildartími 10 mínútur
1½ tsk rifinn appelsínubörkur
4 tsk sesamfræ, ristuð
1 matskeið paprika
2 tsk pipar
½ tsk hvítlauksduft
½ tsk malað engifer
¼ tsk cayenne pipar

Örbylgjuofn appelsínubörkur í lítilli skál, hrærið af og til, þar til það þornar og klessist ekki lengur saman, um það bil 2 mínútur. Hrærið sesamfræjum, papriku, pipar, hvítlauksdufti, engifer og cayenne út í. (Shichimi togarashi má geyma í loftþéttum umbúðum í allt að 1 viku.)

NIBBAR

12. Marineraðar grænar og svartar ólífur

Þjónar 8 til 10 | Virkur tími 10 mínútur
Heildartími 10 mínútur, auk 4 klukkustunda marineringar
1 bolli saltlagðar grænar ólífur með pits
1 bolli saltlagðar svartar ólífur með pits
¾ bolli extra virgin ólífuolía
1 skalottlaukur, saxaður
2 tsk rifinn sítrónubörkur
2 tsk hakkað ferskt timjan
2 tsk hakkað ferskt oregano
1 hvítlauksgeiri, saxaður
½ tsk rauðar piparflögur
½ tsk matarsalt
Forskot
Geymið marineraðar ólífur í kæli í allt að 4 daga. Látið ólífur standa við stofuhita í að minnsta kosti 30 mínútur áður en þær eru bornar fram, annars verður olía skýjuð og storknuð.
Marklína
Við hliðina á ólífum skaltu setja tannstöngla sem gestir geta tekið upp ólífur með og litla tóma skál til að farga gryfjum.
Berið þessar ólífur fram á osta- eða kartöfluborði eða parið með

13. Southern ostastrá

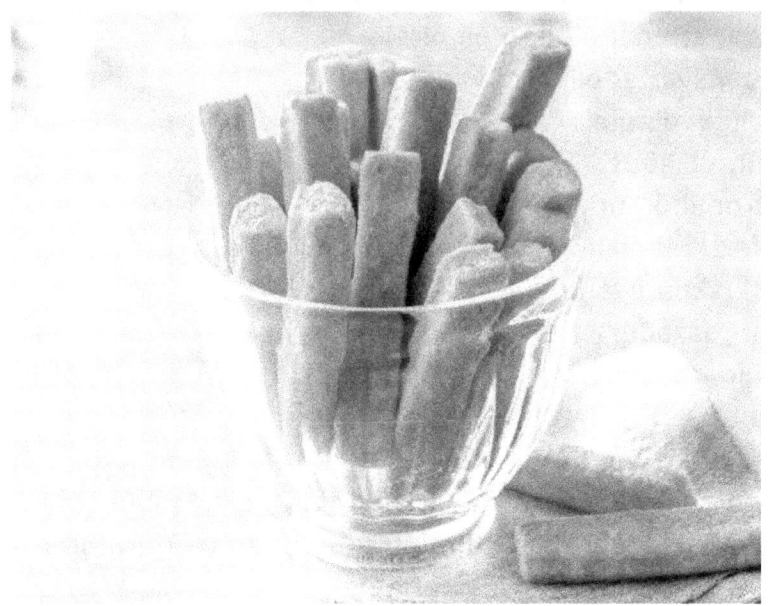

Fyrir 12 til 16 (gerir um 48 ostastrá) | Virkur tími 30 mínútur
Heildartími 1 klst
8 aura sérstaklega skarpur cheddar ostur, rifinn (2 bollar)
1½ bollar (7½ aura) alhliða hveiti
8 matskeiðar ósaltað smjör, skorið í 8 bita og kælt
¾ teskeið borðsalt
¾ tsk paprika
½ tsk lyftiduft
¼ tsk cayenne pipar
3 matskeiðar ísvatn
Forskot
Geymið í loftþéttum umbúðum við stofuhita í allt að 1 viku.
Marklína
Standið ostastrá í nokkrum háum glösum svo gestir geti náð í þau þegar þeir vilja narta.

14. Smurt popp

Gerir 14 bolla
Virkur tími 15 mínútur
Heildartími 15 mínútur
Hitið þrjá prufukjarna í potti þar til þeir springa (þannig veistu að olían er nógu heit). Að bæta afganginum af kjarnanum af brennaranum og láta þá sitja í 30 sekúndur tryggir að allir kjarna hitni jafnt. Þannig poppa þeir allir á sama hraða.
3 matskeiðar jurtaolía
½ bolli poppkornskjarna
2 matskeiðar ósaltað smjör, brætt
¼ tsk matarsalt
1 Hitið olíu og 3 poppkornskjarna í stórum potti við miðlungsháan hita þar til kjarnarnir springa. Takið pönnuna af hitanum, bætið við kjarnanum sem eftir eru, lokið á og látið standa í 30 sekúndur.
2 Settu pottinn aftur á meðalháan hita. Haltu áfram að elda með loki örlítið opið þar til hægt er að smella í um það bil 2 sekúndur á milli hvells. Flyttu popp í stóra skál. Bætið bræddu smjöri út í og blandið yfir poppið. Saltið og blandið saman. Berið fram.

15. Caprese teini

Fyrir 8 til 10 (gerir 30 teini) | Virkur tími 15 mínútur
Heildartími 20 mínútur
¼ bolli extra virgin ólífuolía
1 hvítlauksgeiri, saxaður til að líma
10 aura vínberutómatar, helmingaðir
8 aura ferskar mozzarella ostakúlur (bocconcini)
1 bolli fersk basilíkublöð
Marklína
Hyljið fatið með plastfilmu þar til það er tilbúið til framreiðslu.
Fullkomið par
Berið fram teini ásamt Quick Giardiniera (þessi síða), Albóndigas en Salsa de Almendras (þessi síða), eða Fava bauna- og radísalat (þessi síða).
AFHVERJU ÞESSI UPPSKRIFT VIRKAR Þetta hátíðlega, auðvelda caprese salat inniheldur aðeins fimm einföld hráefni. Við notum tannstöngla til að standa hæfilega stóra bita af ferskum mozzarella og basil uppréttum á hálfum vínberutómötum. Fljótt útbúin olía með hvítlauk, búin til með því að hakka hvítlauk í mauk og hræra honum í ávaxtaríka ólífuolíu, eykur bragðið af mozzarellakúlunum og tómötunum. Basil lauf, stungið á tannstönglana okkar í heilu lagi, fullkomna caprese bragðsniðið og bæta við ferskum frá-garðinum blæ. Þú getur notað stærri ferskar mozzarella kúlur hér, en þær ætti að skera í ¾- til 1 tommu bita áður en þær eru marineraðar. Þú þarft 30 trausta trétannstöngla fyrir þessa uppskrift; forðastu að nota þunna tannstöngla hér.
1 Þeytið olíu og hvítlauk saman í lítilli skál. Í sérstakri skál, blandið tómötum og mozzarella með 2 msk hvítlauksolíu og kryddið með salti og pipar.
2 Tómatar, mozzarella og basilíkublöð í eftirfarandi röð frá toppi til botns: tómatarhelmingur, basilíkublaða (brotin ef þau eru stór), mozzarellakúla og tómatarhelmingur með flatri hlið niður. Setjið teini upprétta á diski, dreypið afganginum af hvítlauksolíu yfir og kryddið með salti og pipar. Berið fram.

16. Olives All'Ascolana

Fyrir 8 til 10 (gerir 40 ólífur) | Virkur tími 1½ klst
Heildartími 1½ klst
2 matskeiðar auk 3 bolla extra virgin ólífuolía, skipt
1 gulrót, saxuð
1 skalottlaukur, saxaður
⅛ teskeið borðsalt
⅛ teskeið pipar
4 aura svínakjöt
1 eyri prosciutto, hakkað
⅛ teskeið malaður múskat
¼ bolli þurrt hvítvín
¼ bolli rifinn parmesanostur
1 stór eggjarauða, auk 2 stór egg, skipt
¼ tsk rifinn sítrónubörkur
45 stórar saltlagðar grænar ólífur með gryfjum
1½ bolli panko brauðrasp
1 bolli (5 aura) alhliða hveiti

Forskot

Hellið ólífum 1 degi áður en þú þarft þær. Uppskrift kallar á auka ólífur svo þú getir æft þig í að fjarlægja gryfju og halda holdi ósnortnu. Geymið fyllinguna í kæli í allt að 2 daga.

Marklína

Látið ólífur kólna aðeins áður en þær eru bornar fram svo þær verði ekki of heitar til að bíta í þær.

Fullkomið par

Berið fram ólífur með lambalæriskótilettum með myntu-rósmarínbragði (þessi síða) eða Peach Caprese salati (þessi síða).

AF HVERJU ÞESSI UPPSKRIFT VIRKAR Þessar stökkhúðuðu, saltsteiktu ólífur fylltar með ríkulegri kjötfyllingu eru svæðisbundin sérgrein Le Marche á Ítalíu. Þetta matreiðsluundur bragðs og áferðar gerir töfrandi lítinn bita til að fylgja Aperol spritz eða glasi af hvítvíni. Til að fjarlægja ólífugryfjurnar skiljum við ólífukjötið eftir í einu stykki, sneið niður aðra hliðina af ólífunni og skerum í kringum gryfjuna með skurðhníf eins og ef við afhýðum epli. Ferlið gengur hratt þegar þú hefur æft gryfjuna fyrstu. Með þessum ólífum deilir fyllingin sviðsljósinu. Hakkað svínakjöt, prosciutto, steiktar gulrót og skalottlaukur byggja upp falleg lög af bragði. Múskat gefur hlýtt krydd og ilm á meðan vín eykur birtu. Eggjarauða og parmesan gefa fyllingunni fyllingu og rjóma áferð. Notaðu hollenskan ofn sem tekur 6 lítra eða meira. Við notum stóra,

1 Hitið 2 matskeiðar olíu í 12 tommu pönnu yfir miðlungshita þar til ljómar. Bætið við gulrót, skalottlauka, salti og pipar og eldið þar til það er mjúkt og léttbrúnað, 3 til 5 mínútur. Bætið við svínakjöti og eldið, brjótið kjötið í sundur með tréskeið, þar til það er brúnt, um það bil 4 mínútur. Hrærið út í prosciutto og múskat og eldið þar til ilmandi, um 30 sekúndur. Hrærið víni út í og eldið þar til það er næstum gufað upp, um það bil 1 mínútu. Vinnið svínakjötsblönduna í matvinnsluvél þar til hún er slétt, um það bil 2 mínútur, skafið niður hliðar skálarinnar eftir þörfum. Bætið við parmesan, eggjarauðu og sítrónuberki og bætið pulsu til að sameina, um það bil 5 belgjurtir. Færið fyllinguna yfir í skálina og látið kólna aðeins.

2 Unnið er með 1 ólífu í einu, notið skurðarhníf til að skera langsum niður aðra hlið gryfjunnar (ekki skera í gegnum ólífu). Haltu áfram að skera í kringum holuna þar til hún losnar, snúðu ólífu eftir þörfum og haltu eins miklu af ólífu ósnortinni og mögulegt er. Setjið örlítið 1 tsk fyllingu í hverja ólífu (ólífur eiga að vera fullar en ekki yfirfullar), lokaðu síðan hliðum utan um fyllinguna, kreistu varlega til að loka.

3 Klæðið bökunarplötu með kantinum með þreföldu lagi af pappírsþurrkum. Vinnið panko í hreinni matvinnsluvél í fína mola, um 20 sekúndur; yfir í grunnt fat. Dreifið hveiti í annað grunnt fat. Þeytið egg í þriðja grunna fatinu. Vinna með nokkrar ólífur í einu, dýptu í hveiti, dýfðu í egg og hjúpaðu með panko, þrýstu þétt til að festast. Færið yfir á stóran disk og látið standa í 5 mínútur.

4 Hitið 3 bolla olíu sem eftir eru í hollenskum ofni yfir meðalháum hita í 375 gráður. Bætið helmingnum af ólífum út í og eldið, hrærið af og til til að koma í veg fyrir að þær festist, þar til þær eru gullinbrúnar og stökkar, um það bil 2 mínútur. Notaðu vírskúmmí eða rifaskeið, flyttu ólífur yfir á tilbúið lak og láttu renna af. Setjið olíu aftur í 375 gráður og endurtakið með ólífunum sem eftir eru. Berið fram heitt.

17. Steiktar súrum gúrkum

Fyrir 6 til 8 (gerir 16 súrum gúrkum) | Virkur tími 30 mínútur
Heildartími 30 mínútur
½ bolli maísmjöl
4 heilar kosher dill súrum gúrkum, skipt í fjórða endilöngu, þurrkað með pappírshandklæði
1 bolli (5 aura) alhliða hveiti
1 bolli (4 aura) maíssterkju
2 tsk lyftiduft
1 tsk matarsalt
½ tsk cayenne pipar
1 (12 aura) flaska kaldur bjór
3 lítrar jurtaolía til steikingar
Fullkomið par
Berið fram með rjómalögðum gráðostídýfu (þessi síða). Bæta við rakað kúrbít salati með Pepitas (þessi síða).
AF HVERJU ÞESSI UPPSKRIFT VIRKAR Suðrænt sælgæti sem sameinar djúpsteikt ríkidæmi með einkennandi súrum gúrkum, þessi spjót eru stökk til að bíta í með mjúkri syrtu að innan, sem gerir þau að frábæru meðlæti til að bera fram með drykkjum. Auðvelt að gera ferskt og njóta með fjölda annarra smábita eins og osti, áleggi og salötum, þessar súrum gúrkur eru fullkomnar fyrir bæði börn og fullorðna. Tómatsósa, grillsósa og búgarðsdressing gera auðveldar, ljúffengar dýfingarsósur. Notaðu hollenskan ofn sem tekur 6 lítra eða meira. Notaðu heilar kosher dill súrum gúrkum sem þú skerð sjálfur í spjót, því þær eru stinnari en forskornar súrum gúrkur. Að undanskildum dökkum stouts og öli, mun hvaða bjór sem er virka í þessari uppskrift - jafnvel óáfengur.

1 Setjið maísmjöl í grunnt fat. Dýptu súrum gúrkum spjótum í maísmjöl og færðu yfir á disk. Blandið saman hveiti, maíssterkju, lyftidufti, salti og cayenne í stórri skál. Þeytið bjór hægt út í þar til það er slétt.

2 Hitið olíu í stórum hollenskum ofni yfir meðalháum hita þar til 350 gráður. Þeytið deigið aftur. Færið helminginn af súrum gúrkum í deigið. Einn í einu, fjarlægðu súrum gúrkum úr deiginu (leyfðu umframmagn að leka aftur í skálina) og steiktu í heitri olíu þar til þeir eru gullinbrúnir, 2 til 3 mínútur. Tæmdu súrum gúrkum á vír grind sett í rimmed bökunarplötu. Færið olíuna aftur í 350 gráður og endurtakið með súrum gúrkum sem eftir eru. Berið fram.

18. Kælt marinerað tófú

Þjónar 4 til 6 | Virkur tími 20 mínútur
Heildartími 40 mínútur, auk 2 klukkustunda marineringar
14 aura þétt tófú, helmingað langsum, síðan skorið þversum í ½ tommu þykka ferninga
2 bollar sjóðandi vatn
¼ bolli fiskisósa
¼ bolli mirin
4 tsk sykur
¼ aura wakame
¼ aura kombu
4 tsk hrísgrjónaedik
2 blöð (8 x 7½ tommu) ristað nori, mulin
2 rauðlaukar, þunnar sneiðar eftir hlutdrægni
Ristað sesamolía
Forskot
Geymið marinerað tófú í kæli í allt að 2 daga.
Marklína
Til að bæta ilmandi kryddi og marr, stráið tofu yfir með Shichimi Togarashi (þessi síða).
Fullkomið par

Berið fram tofu sem flott mótvægi við grilluðu kjöti eins og Keftedes (þessi síða) eða notaðu það til að bæta við bragðið af Pajeon (þessi síða).

AF HVERJU ÞESSI UPPSKRIFT VIRKAR Marinerað hrátt tófú (hiyayakko eða yakko-dofu) er vinsælt barsnarl í Japan. Í bestu útfærslum, bragðmikil marinade og úrvals skreytingar magna upp viðkvæma sætleika tófúsins. Marineringin er venjulega sojasósa-bætt dashi, japanska seyðið sem er búið til úr kombu þangi og bonito (skipjack túnfisk) flögum. Við skiptum því út fyrir blöndu af wakame þangi, fiskisósu, mirin og sykri, sem framleiðir sæta, salta, sterka marinering. Skreytingar eins og mulið nori, sneiðar laukur og ristað sesamolía bæta við marr og fyllingu. Til að fá nákvæma mælingu á sjóðandi vatni, láttu suðu koma upp í ketil af vatni og mælíðu síðan það magn sem þú vilt. Fyrir grænmetisrétt geturðu skipt út í annað hvort BraggLiquid Aminos eða grænmetisfisksósu í staðinn fyrir fiskisósuna.

1 Dreifið tofu yfir bökunarpappírsklædda ofnplötu, látið renna af í 20 mínútur, þrýstið síðan varlega á þurrt með pappírshandklæði og kryddið með salti og pipar.

2 Á meðan skaltu blanda sjóðandi vatni, fiskisósu, mirin, sykri, wakame og kombu saman í litla skál. Lokið og látið standa í 15 mínútur. Síið vökva í gegnum fínmöskva sig, fargið föstu efni, setjið síðan soðið aftur í miðlungsskálina.

3 Bæta við tofu og ediki; þekja; og kælið þar til það er kólnað, að minnsta kosti 2 klst. Til að bera fram, notaðu rifaskeið til að flytja tófú á fat, toppið með nori og lauk og dreypið sesamolíu yfir eftir smekk.

19. Prosciutto-vafðar fíkjur með Gorgonzola

Fyrir 8 til 10 (gerir 32 fíkjuhelma) | Virkur tími 15 mínútur
Heildartími 15 mínútur
2 aura Gorgonzola ostur
16 ferskar fíkjur, stilkar og helmingaðar langsum
1 matskeið hunang
16 þunnar sneiðar prosciutto (8 aura), skornar í tvennt eftir endilöngu
Forskot
Hyljið tilbúnar fíkjur með plastfilmu og kælið í allt að 8 klukkustundir; látið þær ná stofuhita áður en þær eru bornar fram.
Fullkomið par
Berið fram fíkjur með pönnusteiktri hörpuskel með mangó-gúrkusalati (þessi síða) eða reyktum laxaeggjum (þessi síða).
AF HVERJU ÞESSI UPPSKRIFT VIRKAR Við pörum sætar, þroskaðar fíkjur með bragðmiklum, saltum prosciutto og feitletruðum, þykkum gráðosti fyrir ljúffengan bita. Við helmingum fíkjurnar svo auðvelt sé að borða þær og vefjum þær svo inn í þunnar sneiðar af skinku. Til að fá meira bragð og til að spila burt bragðmiklar nótur af prosciutto, bætum við smá hunangi. Örbylgjuofn hunangsins í stutta stund tryggir að auðvelt sé að dreypa því. Setjið litla hauga af rjómalöguðu, ákveðnu Gorgonzola í miðju hverrar fíkju áður en hunanginu er bætt við. Það býður upp á ríkulegt, djörf mótvægi við mjúkt hold og sætt bragð fíkjunnar. Til að tryggja að prosciutto haldist kyrr skaltu stinga tannstöngli í gegnum miðju hvers búnts.
Settu 1 teskeið Gorgonzola í miðju hvers fíkjuhelmings. Hitið hunang í örbylgjuofn í skál til að losna, um það bil 10 sekúndur, dreifið síðan osti yfir. Vefjið prosciutto tryggilega utan um fíkjur, látið fíkjuendana vera óhulda. Festið prosciutto með tannstöngli og berið fram.

20. Jalapeño Poppers

Fyrir 8 til 10 (gerir 24 jalapeño helminga) | Virkur tími 15 mínútur
Heildartími 35 mínútur
8 aura rjómaostur, mildaður
2 aura cheddar ostur, rifinn (½ bolli)
2 aura sælkera skinka, hakkað
2 laukar, saxaðir
1 matskeið lime safi
1 tsk chili duft
½ tsk matarsalt
12 jalapeño chili, helmingaður og fræhreinsaður
Forskot
Lokið og kælið fyllta, óbakaða jalapeños í allt að 1 dag fyrir bakstur.
Fullkomið par
Berið fram með Esquites (þessi síða) eða Naan með fíkjusultu, gráðosti og prosciutto (þessi síða).
AFHVERJU ÞESSI UPPSKRIFT VIRKAR Við hagræðum þetta vinsæla barsnarl með því að hylja ekki jalapeños og baka í stað þess að djúpsteikja þau. Rjómaostur er grunnurinn fyrir fyllinguna okkar, með ríflegum skammti af rifnum cheddar fyrir efni og bragð og hakkað skinku fyrir kjötmikla dýpt. Í stað þess að brauða og steikja þessar fylltu chili, komumst við að því að aðeins 20 mínútur í ofninum mýkja þær og tryggja að fyllingin sé hituð í gegn. Til að mýkja rjómaostinn fljótt skaltu hita hann í örbylgjuofn í 20 til 30 sekúndur. Þú getur notað rauða og græna jalapeños til skiptis vegna þess að chile hiti ræðst ekki af lit.
Stillið ofngrind í miðstöðu og hitið ofninn í 350 gráður. Klæðið bökunarplötu með bökunarpappír. Blandið saman rjómaosti, cheddar, skinku, lauk, límónusafa, chilidufti og salti í skál. Skeið rjómaostablöndu í jalapeño helminga og raðið á tilbúna bökunarplötu. Bakið þar til osturinn er orðinn heitur, um 20 mínútur. Berið fram heitt.

21. Svín í teppum

Fyrir 8 til 10 (gerir 32 stykki) | Virkur tími 30 mínútur
Heildartími 1¼ klst

Svín

1 (9½ x 9 tommu) lak laufabrauð, þíða
1 stórt egg, þeytt með 1 matskeið af vatni
32 kokteil frankar, þurrkaðir
¼ bolli rifinn parmesanostur
2 teskeiðar allt Bagel krydd (þessi síða)
½ tsk pipar

Sinnepssósa

⅓ bolli gult sinnep
2 matskeiðar eplasafi edik
2 matskeiðar pakkaður púðursykur
1 matskeið tómatsósa
½ tsk Worcestershire sósa
½ tsk heit sósa
¼ tsk pipar

Forskot

Þíða frosið sætabrauð í 1 dag í kæli eða 30 mínútur til 1 klukkustund á borði. Geymið formað svín í kæli í allt að 1 dag fyrir bakstur.

Fullkomið par

Bætið við rófu-sýrðum eggjum (þessi síða) og gulrótarsalati að marokkóskum stíl með Harissa og Feta (þessi síða).

AF HVERJU ÞESSI UPPSKRIFT VIRKAR Fyrir fágaða en einfalda útgáfu af klassíkinni í retro-campy æsku, notum við laufabrauð. Það hefur flökunari áferð en dæmigerða kælda hálfmánarúlludeigið en er jafn auðvelt í notkun. Við rúllum upp laufabrauðsplötunni, skerum það í 32 jafnstóra ræmur og rúllum smá kokteil hreinskilinn í hverja ræmu. Síðan setjum við lengjurnar á bökunarpappírsklædda ofnplötu, með smá bili á milli þeirra til að leyfa óumflýjanlegri uppblástur. Næst burstum við hvern grís með eggjaþvotti og stráum rifnum parmesanosti yfir fyrir bragðmikla kýlingu. Stráið af Everything Bagel Seasoning eykur áferðar- og sjónrænan áhuga. Á meðan svínin bakast hrærum við saman búrvænni sinnepsdýfingarsósu. Einn 10 til 13 aura pakki af kokteilfrankum inniheldur venjulega 32 franka. Þessa uppskrift má auðveldlega tvöfalda; bakaðu svínin í teppi á tveimur aðskildum blöðum, einni plötu í einu.

1 Fyrir svínin Stilltu ofngrind í miðstöðu og hitaðu ofninn í 400 gráður. Klæðið bökunarplötu með bökunarpappír. Brettu út smjördeiginu á létt hveitistráða borði og rúllaðu í 12 x 9 tommu ferhyrning með stutthlið samsíða brún borðsins, hveiti efst á deiginu eftir þörfum til að koma í veg fyrir að festist.

2 Notaðu pizzahjól eða matreiðsluhníf til að snyrta deigið í 12 x 8 tommu rétthyrning. Skerið deigið eftir endilöngu í átta 1 tommu ræmur. Skerið deigið þvers og kruss með þriggja tommu millibili. (Þú ættir að hafa þrjátíu og tvo 3 x 1 tommu deigstrimla.)

3 Penslið létt 1 röð af deigstrimlum með eggjaþvotti. Rúllaðu 1 frank í hverja deigstrimu og færðu búntið, með saumahliðinni niður, yfir á tilbúið blað. Endurtaktu með afganginum af deigstrimlum og frankum, með ½ tommu millibili milli knippa.

4 Blandið saman parmesan, beyglukryddi og pipar í skál. Vinnið með nokkra búnta í einu, penslið toppana með eggjaþvotti og stráið parmesanblöndu yfir. Bakið þar til deigið er gullinbrúnt, um 23 mínútur.

5 Fyrir sinnepssósuna Þeytið á meðan öllu hráefninu saman í skál.

6 Látið svín kólna á lakinu í 10 mínútur. Berið fram með sinnepssósu.

22. Pakoras

Fyrir 4 til 6 (gerir 15 pakora) | Virkur tími 1 klst
Heildartími 1 klst
1 stór rússet kartöflu, skræld og rifin (1½ bollar / 6½ aura)
1 stór rauðlaukur, helmingaður og þunnt sneiddur (1½ bollar / 5 aura)
1 bolli barnaspínat, saxað
1 serrano chile, stillt og saxað
1 tsk malað kúmen
1 tsk malað kóríander
1 tsk ajwain
½ tsk matarsalt
½ tsk Kashmiri chile duft
¼ teskeið malað fenugreek
¾ bolli besan
1 tsk lyftiduft
½ tsk malað túrmerik
¼ bolli vatn
2 lítrar jurtaolía til steikingar
Marklína
Bítið varlega í pakórurnar þar sem þær halda hita eftir djúpsteikingu. Fullkomið par
Berið fram með appelsínu-kardimommu kryddhnetum (þessi síða) og Gajarachi Koshimbir (þessi síða).
AF HVERJU ÞESSI UPPSKRIFT VIRKAR Þessar krydduðu grænmetisbrauðbollur eru ástsæll nammi á tei á Indlandi, sérstaklega á regntímanum. Dásamlegur borinn fram með heitum bolla af chai, þú getur líka borið þá fram með kokteilum eða bjór hvenær sem þú vilt örlítið kryddaðan lyftu. Notaðu stóru götin á raspi til að rífa kartöfluna. Til að fá bestu áferðina mælum við með að tilbúinn laukurinn og kartöflurnar séu mældar eftir þyngd. Besan, ásamt ajwain og Kashmiri chile dufti, er að finna á mörkuðum í Suður-Asíu. Ef ajwain er ekki fáanlegt skaltu setja þurrkað timjan í staðinn. Ef fenugreek er ekki tiltækt má sleppa því. Besan (einnig þekkt sem grammhveiti) er búið til með því að mala húðaðar og klofnar brúnar kjúklingabaunir. Til að skipta út venjulegu kjúklingabaunamjöli (úr hvítum kjúklingabaunum) skaltu bæta 2 matskeiðum af vatni til

viðbótar við deigið. Notaðu hollenskan ofn sem tekur 6 lítra eða meira.

1 Blandið saman kartöflu, lauk, spínati, serrano, kúmeni, kóríander, ajwain, salti, chile dufti og fenugreek í stóra skál. Kasta grænmeti þar til það er húðað með kryddi. Notaðu hendurnar til að kreista blönduna þar til grænmetið er mjúkt og losaðu smá vökva, um það bil 45 sekúndur (ekki tæma).

2 Blandið saman besan, lyftidufti og túrmerik í lítilli skál. Stráið grænmetisblöndunni yfir og hrærið þar til besan sést ekki lengur og blandan myndar klístraðan massa. Bætið við vatni og hrærið kröftuglega þar til vatnið er vel innifalið.

3 Stillið ofngrind í miðstöðu og hitið ofninn í 200 gráður. Settu vírgrind í bökunarplötu með kantinum. Bætið olíu í stóran hollenskan ofn þar til hann mælist um 1½ tommur á dýpt og hitið yfir miðlungs lágan hita í 375 gráður.

4 Settu hrúgafulla matskeið af deiginu yfir í olíuna, notaðu aðra skeiðina til að draga úr skeiðinni. Hrærið deigið stuttlega og endurtakið skammtana þar til það eru 5 pakórar í olíu. Steikið, stillið brennarann ef nauðsyn krefur til að halda olíuhitanum 370 til 380 gráður, þar til pakórarnir eru djúpt gullbrúnir, 1½ til 2 mínútur á hlið. Notaðu kóngulóarskinn eða rifaskeið, flyttu pakórana yfir á tilbúna grind og settu í ofninn. Setjið olíu aftur í 375 gráður og endurtakið með afganginum af deiginu í tveimur lotum til viðbótar. Berið fram strax.

23. Socca með karamelluðum lauk og rósmarín

Fyrir 6 til 8 (gerir fjórar 10 tommu flatkökur) | Virkur tími 1 klst
Heildartími 1¼ klst

Socca

1½ bolli vatn
1⅓ bollar (6 aura) kjúklingabaunamjöl
¼ bolli extra virgin ólífuolía, skipt
1 tsk matarsalt
¼ tsk malað kúmen

Álegg

2 matskeiðar extra virgin ólífuolía, auk auka til að drekka
2 bollar þunnt sneiddur laukur
½ tsk matarsalt
1 tsk saxað ferskt rósmarín
Gróft sjávarsalt

Forskot

Gerðu álegg allt að 1 dag fram í tímann og láttu það ná stofuhita fyrir notkun. Búðu til deig í allt að 2 klukkustundir á undan (þeytið til að sameina það aftur áður en það er eldað).

Marklína

Ef þjónað er fyrir fleiri en 6 til 8 manns, skerið socca í litla ferninga.

Fullkomið par

Berið fram með marineruðu Manchego (þessi síða), Carciofi alla Giudia (þessi síða), eða Pressure-Cooker Winter Squash með Halloumi og rósakál (þessi síða).

AFHVERJU ÞESSI UPPSKRIFT VIRKAR Þessar þunnu, stökku og hnetupönnukökur munu flytja þig beint til frönsku rívíerunnar, þar sem þær eru vinsæll götumatur eða snarl á útikaffihúsum ásamt glasi af kældu rósa. Hefð er fyrir því að deiginu er hellt í stóra steypujárnspönnu og bakað í mjög heitum viðarofni til að búa til eina stóra pönnuköku með blöðruðum toppi og rjúkandi bragði. Það er síðan skorið í báta til framreiðslu. Þú munt „baka" þessar ofurauðveldu smærri útgáfur alfarið á helluborðinu með því að nota forhitaðri nonstick pönnu og snúa þeim til að fá frábæra skorpu á báðum hliðum. Minni socca er auðveldara að snúa við en einni stórri pönnuköku og bein hiti helluborðsins tryggir stökkt ytra byrði á báðum hliðum, sem gefur socca hærra hlutfalli af stökkri skorpu og mjúkri innréttingu. Álegg af gylltum karamelluðum laukum bættum með rósmaríni bætir við þessar bragðmiklu flatkökur. Eða prófaðu afbrigðið með svissneskum card, pistasíuhnetum og þurrkuðum apríkósum. Hvort tveggja bragðast vel með þessu glasi af kældu víni.

1 Fyrir socca Stillið ofngrind í miðstöðu og hitið ofninn í 200 gráður. Settu vírgrind í bökunarplötu með kantinum og settu inn í ofn til að forhita. Þeytið vatn, hveiti, 4 tsk olíu, salt og kúmen í skál þar til engir kekkir eru eftir. Látið deigið hvíla á meðan álegg er útbúið, að minnsta kosti 10 mínútur.

2 Fyrir álegg Hitið olíu í 10 tommu nonstick pönnu yfir miðlungsháum hita þar til rétt er að reykja. Bætið lauknum og salti og eldið þar til laukurinn byrjar að brúnast í kringum brúnirnar en hefur samt smá áferð, 7 til 10 mínútur. Bætið rósmarín út í og eldið þar til ilmandi, um 1 mínútu. Flyttu laukblöndu í skál; setja til hliðar. Þurrkaðu pönnu með pappírshandklæði.

3 Hitið 2 tsk olíu í tómri pönnu yfir miðlungsháum hita þar til það er rétt að reykja. Lyftu pönnu af hita og helltu ½ bolli af deigi í fjærhlið pönnu; snúðu varlega réttsælis þar til deigið nær jafnt yfir botn pönnu.

4 Hitaðu pönnu aftur og eldaðu socca, án þess að hreyfa hana, þar til hún er vel brún og stökk í kringum neðri brúnina, 3 til 4 mínútur (þú getur kíkt á neðanverðan socca með því að losa hana frá hliðinni á pönnunni með hitaþolnum gúmmíspaða). Snúðu socca með gúmmíspaða og eldaðu þar til önnur hliðin er rétt soðin, um 1 mínútu. Flyttu socca, brúnaða hliðina upp, yfir á tilbúna vírgrind í ofni. Endurtaktu 3 sinnum í viðbót, notaðu 2 tsk olíu og ½ bolli deig í hverri lotu.

5 Færið socca yfir á skurðbrettið og skerið hverja í báta. Berið fram, toppað með steiktum lauk, hellt yfir aukaolíu og sjávarsalti stráð yfir.

Afbrigði

Socca með svissneskum Chard, apríkósum og pistasíuhnetum

Slepptu laukáleggi. Hitið 1 msk olíu í 12 tommu nonstick pönnu yfir miðlungshita þar til hún ljómar. Bætið 1 smátt skornum lauk út í og steikið þar til hann er mjúkur, um það bil 5 mínútur. Hrærið 2 söxuðum hvítlauksrifum, ¾ tsk möluðu kúmeni, ¼ tsk salt og ⅛ tsk möluðu hvítlauksgeirum út í og eldið þar til ilmandi, um það bil 30 sekúndur. Hrærið 12 aura af svissneskum card og 3 matskeiðar fínt saxaðar þurrkaðar apríkósur út í og eldið þar til chard er visnað, 4 til 6 mínútur. Af hita, hrærið 2 msk fínt söxuðum ristuðum pistasíuhnetum og 1 tsk hvítvínsediki út í og kryddið með salti og pipar eftir smekk. Toppið hverja sokkaða socca með ⅓ bolla af chardblöndu, sneið og berið fram.

24. Grilluð polenta með rauðlauk og gorgonzola

Fyrir 8 (gerir 16 polenta þríhyrninga) | Virkur tími 30 mínútur
Heildartími 1½ klukkustund, auk 2 klukkustunda kælingu
2 bollar vatn
1 matskeið saxað ferskt rósmarín
½ tsk matarsalt
1 bolli instant polenta
3 matskeiðar auk 1 tsk extra virgin ólífuolía
4 laukar, snyrtir
4 aura gorgonzola ostur, mildaður
1 matskeið þungur rjómi
1 matskeið hunang
Forskot
Eldað polenta má geyma í kæli, pakka inn, í allt að 3 daga.
Fullkomið par
Berið fram með perúskri ceviche með radísum og appelsínu (þessi síða) eða Caponata (þessi síða).
AF hverju þessi uppskrift virkar Þegar þú ert að grilla kjöt og grænmeti er sniðugt að bæta við líka. Fyrir þennan frábæra valkost við crostini, gerum við polentu fyrirfram og skerum hana í þríhyrninga. Svo grillum við hann með káli, byggjum upp reyk í bæði botni og álegg. Gorgonzola bætir við kærkomnum angurværð. Með því að nota lágt hlutfall vökva og maísmjöls þegar polentan er látin malla tryggir það að fleygarnir verði nógu sterkir til að haldast saman við grillun. Extra-jómfrú ólífuolía stuðlar að glæsileika og kemur í veg fyrir að polenta sé klístur. Eftir að hafa verið kæld í ofnpönnu er soðna polentan nógu þétt til að hægt sé að sneiða hana; 5 mínútur yfir heitum eldi stökkva að utan á meðan að innan helst mjúkt. Gakktu úr skugga um að Gorgonzola sé við stofuhita þannig að það blandist vel.
1 Smyrjið 8 x 8 tommu fermetra bökunarform, klæðið með smjörpappír og smyrjið bökunarpappír. Látið sjóða vatn í meðalstórum potti við meðalháan hita. Hrærið rósmarín og salti saman við. Hellið polentu hægt út í vatn í jöfnum straumi á meðan þeytt er stöðugt og suðu aftur upp. Lækkið hitann í miðlungs lágan og haltu áfram að elda þar til maísmjölskornin eru mjúk, um það bil

30 mínútur, hrærið á nokkurra mínútna fresti. (Polenta ætti að vera mjög þykkt.) Af hita, hrærið 3 msk ólífuolíu út í og flytjið polentu yfir á tilbúna pönnu, sléttið toppinn með gúmmíspaða og látið kólna alveg, um 30 mínútur. Vefjið vel inn í plastfilmu og geymið í kæli þar til polentan er mjög stíf, 2 klst.

2 Fjarlægðu polentu úr bökunarformi og snúðu á skurðbretti; farga skinni. Skerið í 4 jafna ferninga og skerið síðan hvern ferning í 4 þríhyrninga; kælið þar til tilbúið til að grilla. Kasta lauknum með afganginum af teskeið olíu.

3A Fyrir kolagrill Opnaðu botnopið alveg. Léttur stór reykháfur fylltur með kolakubbum (6 lítrar). Þegar efstu kolin eru þakin ösku að hluta skaltu hella jafnt yfir helming grillsins. Settu grillristina á sinn stað, loku og opnaðu lokið alveg. Hitið grillið þar til það er heitt, um 5 mínútur.

3B Fyrir gasgrill Snúðu öllum brennurum á háan hita, hyldu og hitaðu grillið þar til það er heitt, um það bil 15 mínútur.

4 Hreinsið og smyrjið grillristina, þurrkið síðan af rifinu með vel smurðu pappírshandklæði þar til ristið er svart og gljáandi, 5 til 10 sinnum. Grillið polenta þríhyrninga og rauðlauk (þekkið ef notað er gas) þar til polenta og rauðlaukur eru lítillega kulnaðir á báðum hliðum, 5 til 7 mínútur, snúið eftir þörfum. Þegar polenta og skál klára eldun, flytjið pólentu yfir á disk og skál á skurðbretti. Saxið laukinn og blandið saman við gorgonzola og rjóma í lítilli skál.

5 Toppið hvern polenta fleyg með hrúgaðri teskeið af gorgonzola blöndu. Dreypið hunangi yfir og berið fram.

25. Pajeon

Fyrir 6 til 8 (gerir tvær 10 tommu pönnukökur) | Virkur tími 50 mínútur

Heildartími 50 mínútur

Dýfingarsósa

2 matskeiðar sojasósa

1 matskeið vatn

2 tsk ókryddað hrísgrjónaedik

1 tsk ristað sesamolía

½–1 tsk gochugaru

½ tsk sykur

Pönnukökur

10 rauðlaukur

1 bolli (5 aura) alhliða hveiti

¼ bolli (1 aura) kartöflusterkja

1 tsk sykur

1 tsk lyftiduft

½ tsk pipar

¼ tsk matarsódi

¼ tsk matarsalt

1 bolli ísvatn

2 hvítlauksrif, söxuð

6 matskeiðar jurtaolía, skipt

Forskot

Búðu til dýfingarsósu allt að 1 degi fram í tímann; geymið í kæli þar til 30 mínútur áður en þær eru bornar fram.

Marklína

Til að þjóna fleiri en 6 gestum skaltu skera pönnukökur í mjórri báta.

Fullkomið par

Fylgdu pönnukökum með bitum eins og marineruðum eggaldin með kapers og myntu (þessi síða) eða krabbakrókettum (þessi síða).

AF HVERJU ÞESSI UPPSKRIFT VIRKAR Hin fræga kálpönnukaka frá Kóreu er tilvalin nammi hvenær sem er sem þú munt freistast til að borða beint af pönnunni ásamt súrri, sætkryddaðri ídýfasósu. Hlutfallið á milli fyllingar og deigs er hátt í þessum stökku og seigu pönnukökum, og laukurlaukur er venjulega skorinn í lengdir, þannig að áhrifin líkjast hreiðri af grænum stilkum sem eru bundnir saman af seigfljótandi deiginu. Þegar það snarkar í pönnunni brúnast pönnukakan og innréttingin verður mjúk og þétt. Með því að bæta kartöflusterkju við alhliða hveiti er deigið búið meiri sterkju til að stökkva upp; efnasamsetning kartöflusterkju hjálpar einnig til við að halda sterkjusameindunum aðskildum eftir kælingu þannig að skorpan haldist stökk. Þar sem sterkja gleypir kalt vatn hægar en það gerir við stofuhita vatn, lágmarkar vökvun með því að nota ísvatn í deigið, hjálpa til við að pönnukökurnar verði stökkari við steikingu. Matarsódi hækkar pH deigsins og eykur brúnun; lyftiduft opnar mylsnuna þannig að það sé ekki gúmmí. Að þrýsta pönnukökunum í pönnuna eftir að þeim hefur verið snúið við hvetur einnig til brúnunar. Keyptu gróft úrval af gochugaru (kóreskar rauðar piparflögur), sem stundum er merkt „gróft duft". Notaðu heila teskeið ef þú vilt frekar sterkari dýfingarsósu. Þú getur skipt út maíssterkju fyrir kartöflusterkju. Notaðu heila teskeið ef þú vilt frekar sterkari ídýfingarsósu. Þú getur skipt út maíssterkju fyrir kartöflusterkju. Notaðu heila teskeið ef þú vilt frekar sterkari ídýfingarsósu. Þú getur skipt út maíssterkju fyrir kartöflusterkju.

1 Fyrir ídýfu sósuna Þeytið allt hráefnið saman í lítilli skál; setja til hliðar.

2 Fyrir pönnukökurnar Klæðið 2 stóra plötur með tvöföldu lagi af pappírsþurrku og setjið til hliðar. Aðskiljið dökkgræna hluta laufalauks frá hvítum og ljósgrænum hlutum. Hvíta og ljósgræna hluta í helminga eftir endilöngu. Skerið alla kálhlutana í 2 tommu lengd og leggið til hliðar. Þeytið hveiti, kartöflusterkju, sykur, lyftiduft, pipar, matarsóda og salt saman í meðalstórri skál. Bætið við ísvatni og hvítlauk og þeytið þar til slétt. Notaðu gúmmíspaða, blandaðu saman lauknum þar til blandan hefur blandast jafnt saman.

3 Hitið 2 matskeiðar jurtaolíu í 10 tommu nonstick pönnu yfir miðlungs háum hita þar til rétt er að reykja. Hrærið deigið til að sameinast aftur. Renndu spaðablaðinu í gegnum miðju deigsins til helminga, skafaðu síðan helminginn af deiginu í miðjuna á pönnu. Dreifið í jafnþykka hringi, hyljið botninn á pönnu, notið spaða eða töng til að færa laufalaukur eftir þörfum svo hann dreifist jafnt í einu lagi. Hristið pönnu til að dreifa olíu undir pönnukökuna og eldið, stillið hitann eftir þörfum til að viðhalda vægu suðu (lækkið hitann ef olía byrjar að reykja), þar til loftbólur springa í miðju pönnukökunnar og skilja eftir göt í yfirborði og neðanverðu er gullbrúnt, 3 til 5 mínútur . Snúið pönnukökunni við og þrýstið vel á pönnu með bakinu á spaðanum til að fletja hana út. Bætið 1 matskeið jurtaolíu við brúnir pönnu og haltu áfram að elda, þrýstið pönnuköku af og til til að fletja út, þar til önnur hlið er blettótt gullinbrún, 2 til 4 mínútur. Flyttu yfir á tilbúinn disk.

4 Endurtaktu með 3 matskeiðum sem eftir eru af jurtaolíu og afganginum af deiginu. Látið seinni pönnukökuna renna af á öðrum tilbúnum diski í 2 mínútur. Skerið hverja pönnuköku í 6 báta og færið á fat. Berið fram og berið sósu framhjá sér.

26. Spínatferningar

Fyrir 10 til 12 (gerir 32 ferninga) | Virkur tími 20 mínútur
Heildartími 1 klukkustund, auk 20 mínútna kælingu
1 bolli (5 únsur) auk 2 matskeiðar alhliða hveiti
1 tsk lyftiduft
¾ teskeið borðsalt
½ tsk pipar
¼ tsk cayenne pipar
1 bolli kjúklingasoð
3 stór egg
20 aura frosið hakkað spínat, þíðað og kreist þurrt
12 aura Gruyère ostur, rifinn (3 bollar)
1 laukur, fínt saxaður
2 hvítlauksrif, söxuð
1 únsa parmesanostur, rifinn (½ bolli)
Forskot
Bakið og kælið ferningana, geymið síðan í kæli í allt að 1 dag. Hitið aftur kælda ferninga, þaktir filmu, í 375 gráðu ofni í 25 mínútur.

Fullkomið par

Bættu við hressandi meðlæti eins og Horiatiki Salata (þessi síða) eða Apple-Fennel Rémoulade (þessi síða).

AF HVERJU ÞESSI UPPSKRIFT VIRKAR Einföld hræri-og-baka tækni, fullt af ostabragði og auðveldur fingurmatur hefur gert þennan spínat-forrétt að harðvítugum gestgjafa eða gestgjafa í áratugi. Cheddar er oft notað á Suðurlandi, þar sem þessi forréttur er vinsæll, en við viljum helst blanda af hnetukenndum Gruyère og Parmesan. Við skiptum líka mjólkinni sem venjulega er notuð í deigið fyrir bragðmikið kjúklingasoð. Að fjarlægja auka raka úr spínatinu kemur í veg fyrir að ferningarnir okkar verði blautir. Með því að hækka ofnhitann, elda ferningana á efri miðri grindinni og strá meiri parmesan yfir ferningana fáum við brúnan, stökkan topp. Þiðið spínat í örbylgjuofni eða yfir nótt í ísskáp. Til að kreista spínatið þurrt, setjið það í hreint viskustykki, takið saman brúnirnar og vindið úr því.

1 Stillið ofngrind í efri miðstöðu og hitið ofninn í 375 gráður. Sprayðu 13 x 9 tommu bökunarrétt með jurtaolíuúða. Þeytið hveiti, lyftiduft, salt, pipar og cayenne saman í stórri skál. Bætið við seyði og eggjum og þeytið þar til slétt. Hrærið spínati, Gruyère, lauk og hvítlauk saman við þar til það er blandað saman.

2 Færið blönduna yfir í tilbúið eldfast mót og stráið parmesan yfir. Bakið þar til það er brúnt ofan á og bólar í kringum brúnirnar, 40 til 45 mínútur. Látið kólna á pönnu í 20 mínútur. Skerið í 32 jafnstóra ferninga. Berið fram heitt.

27. Karaage

Þjónar 6 til 8 | Virkur tími 45 mínútur
Heildartími 45 mínútur, auk 30 mínútna marineringar
3 matskeiðar sojasósa
2 matskeiðar sake
1 msk rifið ferskt engifer
2 hvítlauksrif, söxuð
¾ tsk sykur
⅛ teskeið borðsalt
1½ pund beinlaust, roðlaust kjúklingalæri, snyrt og skorið þversum í 1 til 1½ tommu breiðar ræmur
1¼ bollar (5 aura) maíssterkju
1 lítra jurtaolía til steikingar
Sítrónubátar

Forskot
Skerið kjúklingalæri í strimla allt að 1 degi fram í tímann. Geymið í kæli þar til það er tími til að marinerast.

Marklína
Aioli (þessi síða) og Creamy Blue Cheese Dip (þessi síða) eru frábærar ídýfasósur.

Fullkomið par
Prófaðu kanil-engifer kryddhnetur (þessi síða) eða sítrus og radicchio salat með döðlum og reyktum möndlum (þessi síða) ásamt karaage.

AFHVERJU ÞESSI UPPSKRIFT VIRKAR Þetta japanska barsnarl er draumur fyrir unnendur steiktra kjúklinga: safaríkar, djúpt kryddaðar ræmur af beinlausum, roðlausum kjúklingalærum hjúpaðar í ofurstökkri skorpu. Lágmarks olía og hraðsteiking gera það auðvelt að elda. Að marinera kjötið í stutta stund í blöndu af sojasósu, sake, engifer, hvítlauk, sykri og salti gefur kjúklingnum bragðmikið, arómatískt bragð. Að dýpka kjúklinginn í maíssterkju - í stað hefðbundinnar kartöflusterkju - gerir það að verkum að húðin verður minna klístur. Hristið af umfram sterkju og látið dýpkuðu bitana hvíla á meðan olían hitnar gefur sterkjunni tíma til að vökva. Með því að þvo þurra bletti með frátekinni marinade kemur í veg fyrir ryk. Við mælum með að nota rasp-stíl rasp til að rífa engiferið. Notaðu hollenskan ofn sem tekur 6 lítra eða meira. Ekki skipta kjúklingabringum út fyrir læri; þær þorna við steikingu.

1 Blandið saman sojasósu, sake, engifer, hvítlauk, sykri og salti í meðalstórri skál. Bætið kjúklingi saman við og blandið saman. Látið standa við stofuhita í 30 mínútur. Á meðan kjúklingurinn er að marinerast, berðu bökunarplötuna með bökunarpappír. Settu vírgrindur í aðra bökunarplötu og klæddu grindina með þreföldu lagi af pappírshandklæði. Setjið maíssterkju í breiða skál.

2 Taktu kjúklinginn úr marineringunni, 1 stykki í einu, láttu umfram marinering leka aftur í skálina en skildu eftir hvítlauks- eða engiferbita á kjúklingnum. Húðaðu kjúkling með maíssterkju, hristu umframmagn af og settu á bökunarpappírsklædda plötu. Reserve marinade.

3 Hitið olíu í stórum hollenskum ofni yfir meðalháum hita í 325 gráður. Á meðan olían hitnar skaltu athuga hvort kjúklingabitarnir séu hvítir af þurru maíssterkju. Dýfðu bakinu á skeiðinni í frátekna marinering og þrýstu varlega á þurra bletti til að væta létt.

4 Notaðu töng og bætið helmingnum af kjúklingnum, einu stykki í einu, út í olíu í einu lagi. Eldið, stillið brennarann ef nauðsyn krefur til að halda olíuhitanum á milli 300 og 325 gráður, þar til kjúklingurinn er gullinbrúnn og stökkur, 4 til 5 mínútur. Notaðu kóngulóarskinn eða rifaskeið til að flytja kjúklinginn yfir á pappírsþurrkaklædda grind. Setjið olíu aftur í 325 gráður og endurtakið með afganginum af kjúklingnum. Berið fram með sítrónubátum.

28. Ofnbakaðir Buffalo Wings

Þjónar 6 til 8 | Virkur tími 20 mínútur
Heildartími 1 klst
3 punda kjúklingavængir, helmingaðir í samskeyti og vængir fjarlægðir, snyrtir
1 matskeið lyftiduft
½ tsk matarsalt
⅔ bolli Frank's RedHot Original Cayenne piparsósa
1 matskeið ósaltað smjör, brætt
1 matskeið melass
Fullkomið par
Maple-Chipotle majónes (þessi síða) er önnur frábær ídýfasósa. Bættu við ferskleika með Horiatiki Salata (þessi síða) eða fennel-, appelsínu- og ólífusalati (þessi síða) og marineruðu blómkáli og kjúklingabaunum með saffran (þessi síða).
AF HVERJU ÞESSI UPPSKRIFT VIRKAR Fyrir þessa klassísku barherbergi ætluðum við að sleppa djúpsteikingarpottinum en búa samt til vængi sem myndu ekki valda vonbrigðum. Að baka þá þýðir að við getum notað helluborðið til að útbúa aðra litla diska og hafa allt tilbúið á sama tíma. Lyftiduft hjálpar til við að þurrka húðina á vængjunum okkar svo það verður stökkt þegar það er steikt í ofurheitum ofni; með því að baka þær á vírgrind lætur fitan leka í burtu. Snögg stökk undir kálinu stökkir húðina enn frekar og tryggir bragðmikla bleikju. Skeið af melass bætir dýpt og glæsileika við þessa ofnbökuðu en samt fingursleiktu góðu vængi sem eru dásamlegir með rjómalöguðu gráðostadýfu (þessi síða). Milt bragðið af Frank's RedHot Original Cayenne piparsósu skiptir sköpum fyrir bragðið af þessum rétti; við mælum ekki með að skipta út annarri heitri sósu hér.
1 Stillið ofngrind í miðstöðu og hitið ofninn í 475 gráður. Klæddu bökunarplötuna með álpappír og settu grind ofan á. Þurrkaðu vængi með pappírsþurrku, blandaðu síðan með lyftidufti og salti í skál. Raðið vængjunum í eitt lag á vírgrind. Steikið vængi þar til þeir eru gylltir á báðum hliðum, um 40 mínútur, snúið vængjunum við og snúið plötunni hálfa leið í steikingu.
2 Á meðan, þeytið heitri sósu, smjöri og melassa saman í stórri skál.
3 Fjarlægðu vængi úr ofninum. Stilltu ofngrindina 6 tommu frá grilleiningunni og hituðu broilerinn. Steikið vængi þar til þeir eru gullinbrúnir á báðum hliðum, 6 til 8 mínútur, snúið vængjunum hálfa leið í grillið. Bætið vængjum út í sósuna og hrærið yfir. Berið fram.

29. Auðveldar eggjarúllur

Fyrir 8 (gerir 8 eggjarúllur) | Virkur tími 40 mínútur
Heildartími 40 mínútur
8 aura svínakjöt
6 rauðlaukur, hvítir og grænir hlutar aðskildir og þunnar sneiðar
3 hvítlauksrif, söxuð
2 tsk rifið ferskt engifer
3 bollar (7 únsur) hrásalatblanda
4 aura shiitake sveppir, stilkaðir og saxaðir
3 matskeiðar sojasósa
1 matskeið sykur
1 matskeið eimað hvítt edik
2 tsk ristað sesamolía
8 eggjarúlluumbúðir
2 bollar jurtaolía

Forskot
Flyttu lagaðar eggjarúllur yfir á bökunarpappírsklædda plötu, settu þétt inn í plastfilmu og geymdu í kæli í allt að 1 dag. Að öðrum kosti, frysta eggjarúllur á disk, flytja í renniláspoka og frysta í allt að 1 mánuð. Ekki þíða fyrir eldun; aukið eldunartímann um 1 mínútu á hverri hlið.

Marklína
Berið fram eggjarúllur heitar með andasósu, kínversku heitu sinnepi eða soja-edikissósu (þessi síða).

Fullkomið par
Berið fram með Hrærðu En Choy með hvítlauk (þessi síða), Tempeh með Sambal sósu (þessi síða), eða Cantaloupe salati með ólífum og rauðlauk (þessi síða).

AF HVERJU ÞESSI UPPSKRIFT VIRKAR Eggjarúllur eru hið fullkomna barsnarl, auðvelt að taka upp og marra þegar þú drekkur í þig drykkinn. Fyrir eggjarúllur sem eru nógu fljótlegar til að búa til heima, notum við hrásalatblöndu í poka og svínakjöt, sem er auðveldur og ljúffengur staðgengill fyrir ferskt hakkað svínakjöt sem hefðbundnar uppskriftir kalla á. Einföld blanda af bragðmiklum hráefnum - hvítlauk, engifer, sojasósu og sykri - gerir bragðgóða sósu til að bragðbæta fyllinguna. Að grunnsteikja rúllurnar á pönnu í aðeins ½ tommu af olíu frekar en að djúpsteikja gerir eldamennsku auðveldari og hreinsun hraðari en tryggir samt stökkar, ljúffengar eggjarúllur. Þessa uppskrift má auðveldlega tvöfalda: Lengdu eldunartíma svínakjötsblöndunnar í um það bil 5 mínútur í skrefi 1 og steiktu eggjarúllurnar í tveimur lotum.

1 Eldið svínakjöt á 12 tommu nonstick pönnu við miðlungsháan hita þar til það er ekki lengur bleikt, um það bil 5 mínútur, brjóta kjötið í sundur með tréskeið. Bætið kálhvítum, hvítlauk og engifer út í og eldið þar til ilmandi, um 1 mínútu. Bætið kálsalati, sveppum, sojasósu, sykri og ediki út í og eldið þar til kálið er aðeins mýkt, um það bil 3 mínútur.

2 Af hita, hrærið sesamolíu og rauðlauksgrænu saman við. Flyttu svínakjötsblöndunni yfir á stóran disk, dreifðu í jafnt lag og kældu þar til það er nógu kalt til að meðhöndla, um það bil 5 mínútur. Þurrkaðu pönnu með pappírshandklæði.

3 Fylltu litla skál með vatni. Vinnið með eina eggjarúlluumbúðir í einu, stillið umbúðirnar á borðið þannig að eitt hornið vísi í átt að brún borðsins. Settu létt pakkaða ⅓ bolla fyllingu á neðri hluta umbúðarinnar og mótaðu hana með fingrunum í snyrtilegt sívalningsform. Notaðu fingurgómana til að væta allan ramma umbúðarinnar með þunnri filmu af vatni.

4 Brjóttu neðra hornið á umbúðunum upp og yfir fyllinguna og þrýstu því niður hinum megin á fyllingunni. Brjótið bæði hliðarhornin á umbúðunum inn yfir fyllinguna og þrýstið varlega á til að loka. Rúllaðu fyllingunni upp yfir sig þar til umbúðirnar eru alveg lokaðar. Látið eggjarúllusauminn niður á borðið og hyljið með röku pappírshandklæði á meðan þið fyllið og mótið afganginn af eggjarúllum.

5 Klæðið stóran disk með þreföldu lagi af handklæði. Hitið jurtaolíu í tómri pönnu yfir miðlungshita í 325 gráður. Notaðu töng til að setja allar eggjarúllur í pönnu, sauma hliðina niður og elda þar til gullinbrúnt er, 2 til 4 mínútur á hlið. Færið yfir á tilbúna disk og látið kólna aðeins, um það bil 5 mínútur. Berið fram.

30. Spínat og Edamame hrísgrjónakökur

Fyrir 8 til 10 (gerir 24 kökur) | Virkur tími 35 mínútur
Heildartími 1¼ klst
Soja dýfingarsósa
¼ bolli sojasósa
2 matskeiðar ókryddað hrísgrjónaedik
2 matskeiðar mirin
2 matskeiðar vatn
1 rauðlaukur, skorinn þunnt
½ tsk ristað sesamolía
Hrísakökur
1¾ bollar vatn
1 bolli stuttkorna hýðishrísgrjón
1 bolli barnaspínat
¾ bolli frosið skeljað edamame, þíðað og þurrkað
2 (8 x 7½ tommu) blöð úr nori, mulið
2 laukar, þunnar sneiðar
¼ bolli hvít sesamfræ, ristuð, skipt
2 tsk rifið ferskt engifer
½ tsk matarsalt
2 tsk ristað sesamolía
Forskot
Kældu hrísgrjónakökur, þaktar, í allt að 1 dag áður en þú ætlar að bera þær fram; látið ná stofuhita áður en það er borið fram.
Fullkomið par
Fyrir fyllandi litla diska útbreiðslu, þjóna með soja-marineruðum eggjum (þessi síða) og krabba og Mizuna salati (þessi síða).
AF HVERJU ÞESSI UPPSKRIFT VIRKAR Fyrir hæfilega stóra bita með óþarfa flókið, sóttum við innblástur frá onigiri, japönskum bentó kassa af hvítum hrísgrjónum sem venjulega er mótað í þríhyrningslaga knippi og fyllt með fiskbitum, súrsuðum plómum, sjávargrænmeti eða öðru hráefni. Uppskriftin okkar víkur frá hefðbundnum undirbúningi með því að byrja á stuttkornum hýðishrísgrjónum, sem við púlsum í matvinnsluvélinni ásamt spínati og edamame. Þetta vinnsluskref losar sterkju úr hrísgrjónunum, sem gerir blönduna auðvelt að móta og gerir okkur einnig kleift að

sameina gott magn af spínatblöndu við hrísgrjónin. Við tökum út hluta af hrísgrjónablöndunni og þrýstum hverjum í lítinn disk með létt vættum höndum. Við rúllum brúnunum upp úr ristuðum sesamfræjum, sem bætir stökku, hnetukenndu andstæðu við hrísgrjónin.

1 Fyrir soja ídýfa sósuna Blandið öllu hráefninu saman í litla skál; setja til hliðar.

2 Fyrir hrísgrjónakökurnar Látið vatn og hrísgrjón malla í stórum potti við háan hita. Lækkið hitann í lágmark, lokið á og látið malla varlega þar til hrísgrjónin eru mjúk og vatn frásogast, 40 til 45 mínútur. Af hita, leggið hreint viskustykki undir lokið og látið standa í 10 mínútur. Fluffið hrísgrjón með gaffli og loki.

3 Pulsaðu spínat, edamame, nori, skál, 2 msk sesamfræ, engifer, salt og sesamolíu í matvinnsluvél þar til blandan er fínmöluð (hún á ekki að vera slétt), um það bil 10 pulsur. Bætið við hrísgrjónum og pulsu þar til hrísgrjón eru grófsöxuð og blandan er vel blandað saman, um 8 pulsur.

4 Skiptið hrísgrjónablöndunni í 24 skammta (um 1½ matskeið hver) og raðið á bökunarpappírsklædda ofnplötu. Notaðu létt vættar hendur, rúllaðu hverri kúlu í kúlu, þrýstu síðan á disk sem er um það bil 1½ tommur breiður og ¾ tommur þykkur. Dreifið hinum 2 msk sesamfræjum á diskinn. Veltið hliðum diskanna varlega upp úr sesamfræjum, þrýstið létt á til að festast og færið yfir á disk. Berið fram með sojasósu.

31. Grænir Chile Cheeseburger Sliders

Þjónar 10 til 12 (gerir 12 renna) | Virkur tími 50 mínútur
Heildartími 50 mínútur, auk 30 mínútna kælingar
5 matskeiðar jurtaolía, skipt
1 laukur, fínt saxaður
3 (4 aura) dósir saxaðar grænar chiles, tæmdar
1 hvítlauksgeiri, saxaður
¼ bolli majónesi
1 matskeið lime safi
¾ teskeið borðsalt, skipt
1 pund 85 prósent magurt nautahakk
¼ tsk pipar
4 aura pipar Jack ostur, rifinn (1 bolli)
12 mjúkar hvítar kvöldverðarrúllur eða hamborgarabollur, sneiddar og ristaðar

Forskot
Búið til og kælið kökur og sósu í allt að 1 dag fyrir eldun.

Fullkomið par
Berið fram rennibrautir með steiktum grænum tómötum (þessi síða) eða spíraluðum sætum kartöflum með stökkum skallottum, pistasíuhnetum og Urfa (þessi síða).

AFHVERJU ÞESSI UPPSKRIFT VIRKAR Fyrir þessa rennibrautir vildum við hafa alla frábæru bleikjuna og safaríka kjötið af hamborgara í fullri stærð, fyllt í smærri pakka. Til að búa til bragðmikla skorpu á litlum hamborgara en halda raka innréttingunni, þarftu alvöru hitablástur sem getur brunað fljótt að utan, svo við notum steypujárnspönnu. Til að taka bragðið á næsta stig bætum við tvöföldum skammti af grænu chili, bæði í kjötið og ofan á hamborgarana. Við sýrðum lauk, hvítlauk og niðursoðinn grænan chiles, maukum síðan hluta af blöndunni og bætið því við nautahakkið. Með því að kæla kökurnar í 30 mínútur tryggir það að þunnu, viðkvæmu diskarnir eru auðveldir í meðhöndlun. Fyrir áleggið geymum við ½ bolla af ómaukuðu sautéðu grænu chile blöndunni og blandum því saman við majónesi, lime safa og salti fyrir smurningu sem bætir raka og auka bragð við rennurnar. Með því að nota rifinn pipar Jack hjálpar til við að tryggja að osturinn bráðni jafnt á hamborgurunum. Myndaðu kökurnar ½ tommu breiðari en bollurnar; eftir að kökurnar minnka við eldun verða þær í fullkominni stærð. Þegar þessum þunnu, röku kökum er snúið við er gott að nota tvo spaða.

1 Hitið 12 tommu steypujárnspönnu yfir miðlungshita í 3 mínútur. Bætið 2 msk olíu út í og hitið þar til það ljómar. Bætið lauknum út í og eldið þar til hann er mjúkur, um það bil 5 mínútur. Hrærið chili og hvítlauk út í og eldið þar til ilmandi, um 1 mínútu. Færið blönduna yfir í matvinnsluvél og vinnið til slétt deig, um 1 mínútu, skafið niður hliðar skálarinnar eftir þörfum. Blandaðu saman ½ bolli unnu chile-mauki, majónesi, limesafa og ¼ teskeið salti í skál; sett til hliðar til framreiðslu.

2 Bætið restinni af chile-maukinu, nautakjöti, ½ tsk salti og ¼ tsk pipar í stóra skál og hnoðið með höndunum þar til það hefur blandast jafnt saman. Skiptið kjötblöndunni í 12 léttpakkaðar kúlur, fletjið síðan út í ¼ tommu þykkar kökur. Flyttu kökurnar á fat og kældu þar til þær eru kaldar, um 30 mínútur.

3 Þurrkaðu nú tóma pönnu með pappírsþurrkum og hitaðu við meðalhita í 5 mínútur. Bætið 1 matskeið af olíu út í og hitið þar til það er rétt að reykja. Setjið 4 hamborgara á pönnu og eldið, án þess að hreyfa sig, þar til þeir eru vel brúnaðir á fyrstu hlið, um það bil 2 mínútur. Snúið hamborgurum við og toppið með 1 hrúgaðri matskeið pipar Jack. Lokið og haltu áfram að elda þar til það er vel brúnt á annarri hliðinni og osturinn er bráðinn, um það bil 2 mínútur.

4 Endurtaktu í tveimur lotum með 2 matskeiðar olíu sem eftir eru, hamborgari og pipar Jack. Berið fram hamborgara í bollum, toppað með chile sósu.

32. Klassískir kráar plöntumiðaðir rennibrautir

Þjónar 6 til 8 (gerir 8 renna) | Virkur tími 50 mínútur
Heildartími 50 mínútur, auk 15 mínútna kælingar

Hamborgarasósa
2 matskeiðar jurta- eða eggjabundið majónesi
1 matskeið tómatsósa
1 tsk sæt súrum gúrkum bragð
½ tsk sykur
½ tsk eimað hvítt edik
½ tsk pipar

Rennibrautir
12 aura plöntubundið malað kjöt
¼ tsk matarsalt
¼ tsk pipar
8 renna hamborgarabollur
4 sneiðar jurta- eða mjólkurostur (4 aura)
4 tsk jurtaolía, skipt
¼ bolli fínt saxaður laukur, skipt
¼ bolli vatn, skipt

Forskot
Mótaðu og geymdu kökurnar í kæli í allt að 1 dag fyrir eldun. Geymið sósu í kæli í allt að 4 daga.

Fullkomið par
Á meðan rennibrautirnar elda, bjóðið gestum þínum upp á Easy Sveppasós (þessi síða), reyktar papriku-kryddaðar möndlur (þessi síða) eða Quick Fennel Pickles (þessi síða).

AF HVERJU ÞESSI UPPSKRIFT VIRKAR Sliders eru með öllu því góðgæti sem felst í hamborgara í fullri stærð sem er einbeitt í nokkra bita, fullkomið fyrir smurða diska. Safaríkur patty með kulnuðu ytra byrði er felldur inn með saxuðum lauk, þakinn bræddum osti og samloka í mjúka gufusoðna bollu. Þessar rennibrautir eru með jurtabundnu kjöti, hentugur fyrir vegan og grænmetisætur. Kjötið eldast í gegn á nokkrum mínútum (hraðar en nautahakk), þannig að við þrýstum bökunum í einsleita 3 tommu diska til að tryggja að þeir séu allir eldaðir á sama hraða. Bökunarbollurnar eru líka viðkvæmari en þær sem eru búnar til úr nautakjöti, þannig að það er auðveldara að meðhöndla þær með því að kæla þær stuttlega fyrir eldun. Að þrýsta söxuðum lauk inn í bökuna með spaða hjálpar það að festast. Eftir að hafa snúið bökunum við toppum við þær með osti og bolludoppum, setjum smá vatni á pönnuna, og hyljið það til að mýkja laukinn og bræðið ostinn til fullkomnunar. Þú getur notað hvaða tertudisk eða bökunarform sem er til að þrýsta á bökunar, en við viljum helst gler svo að þú sjáir stærð bökunnar þegar þú pressar.

1 Fyrir hamborgarasósuna Þeytið allt hráefnið saman í skál.

2 Fyrir rennibrautirnar Skerið hliðar á 1-quart renniláspoka, þannig að botnsaumurinn sé ósnortinn. Notaðu raka hendurnar þínar, klíptu af og rúllaðu kjöti í 8 kúlur (1½ aura hver). Látið 1 kúlu fylgja í klofnum poka. Notaðu glæra bökuplötu eða bökunarform, þrýstu kúlu í jafn 3 tommu breiðan patty. Taktu patty úr pokanum og færðu yfir á bökunarplötu. Endurtaktu með kúlunum sem eftir eru. Stráið bökunum salti og pipar yfir. Flyttu kökurnar í ísskáp og kældu í 15 mínútur.

3 Skiptið sósunni jafnt á milli bollubotna. Raðið bollubotnum á framreiðsludisk. Staflað osti og skerið í fernt (þú munt hafa 16 stykki).

4 Hitið 2 tsk olíu í 12 tommu nonstick pönnu yfir miðlungs háum hita þar til rétt er að reykja. Notaðu spaða til að flytja 4 kökur yfir á pönnu. Stráið 2 msk lauk jafnt yfir toppa af bökunum og þrýstið þétt í bökunar með bakinu á spaðanum. Steikið kökurnar þar til þær eru vel brúnaðar á fyrstu hlið, um það bil 1 mínútu. Snúðu kökunum við og settu 2 stykki ost yfir hverja; bæta við bollutoppum. Bætið 2 msk vatni á pönnu (ekki bleyta bollur), hyljið og haltu áfram að elda þar til osturinn er bráðinn, um það bil 90 sekúndur.

5 Flyttu rennibrautirnar yfir á tilbúna bollubotna, tjaldaðu með álpappír og settu til hliðar á meðan þú eldar afganginn af kökunum. Þurrkaðu pönnu með pappírshandklæði. Endurtaktu með eftir 2 tsk olíu, eftir 4 patties, eftir 2 matskeiðar lauk, eftir bollur, og eftir 2 matskeiðar vatn. Berið fram.

loftsteikingarforrit

Dragðu fram loftsteikingarvélina þína þegar þú vilt gera litla bita fyrir litla hópa. Þú munt forðast ofhitnun í eldhúsinu og eldavélin þín og ofninn verða tiltækar ef þú vilt elda aðra rétti. Loftsteiktu forréttirnir okkar, allt frá frönskum til vængja, eru bæði auðveldir að gera og éta.

Áttu fleira fólk til að fæða? Allar þessar uppskriftir má tvöfalda. Tvöfaldaðu einfaldlega allt hráefnið og eldaðu í lotum.

33. Heilhveiti pítuflögur með pipar

Fyrir 2 til 4 (gerir 16 franskar)

1 (8 tommu) 100 prósent heilhveiti píta
Ólífuolíu sprey
⅛ teskeið borðsalt
⅛ teskeið pipar

1 Notaðu eldhúsklippur, klipptu í kringum jaðar pítu og skiptu í 2 þunnar umferðir. Sprautaðu létt á báðum hliðum hverrar skurðarhrings með olíuspreyi og stráðu yfir salti og pipar. Skerið hverja umferð í 8 báta.

2 Raðið fleygum í tvö jöfn lög í loftsteikingarkörfu. Settu körfuna í loftsteikingarvél og stilltu hitastigið á 300 gráður. Eldið þar til fleygarnir eru ljósgulbrúnir á brúnum, 3 til 5 mínútur. Notaðu töng, kastaðu fleygunum varlega til að dreifa þeim aftur og haltu áfram að elda þar til þau eru gullinbrún og stökk, 3 til 5 mínútur. Látið kólna alveg, um 30 mínútur, áður en það er borið fram. (Flögur má geyma í loftþéttum umbúðum í allt að 3 daga.)

34. Sítrónu-pipar kjúklingavængir

Þjónar 2 til 4

⅛ teskeið borðsalt
¼ tsk pipar
1 msk rifinn sítrónubörkur auk sítrónubáta til framreiðslu
1 matskeið söxuð fersk steinselja, dill og/eða estragon
1 Þurrkaðu vængi með pappírshandklæði og stráðu yfir salti og pipar. Raðið vængjunum í jafnt lag í loftsteikingarkörfunni. Settu körfuna í loftsteikingarvél og stilltu hitastigið á 400 gráður. Eldið þar til vængir eru gullbrúnir og stökkir, 18 til 24 mínútur, snúið vængjunum hálfa leið í eldun.
2 Blandið saman sítrónuberki og steinselju í stórri skál. Bætið vængjum út í og hrærið þar til það er jafnhúðað. Berið fram með sítrónubátum.
Afbrigði
Parmesan-hvítlaukur kjúklingavængir
Bætið 1 matskeið af rifnum parmesanosti og 1 söxuðum hvítlauksrif saman við sítrónubörk-steinseljublönduna.
Cilantro-Lime kjúklingavængir
Skiptu út sítrónu og kóríander fyrir steinselju í stað limebörksins og báta. Bætið 1 msk hakkaðri jalapeño chile við lime-safa-kóríanderblönduna.
Fullkomið par
Þar sem loftsteikingartæki gefur ekki frá sér hita, ólíkt eldavél eða ofni, og hann skilur búnaðinn eftir lausan fyrir aðra eldamennsku, er frábært að nota hann til að elda á heitum sumardegi. Notaðu það til að búa til slatta af aspas eða kartöflufrönskum til að bera fram með kjúklingavængjum eða öðrum próteinum, þegar þú eldar bara fyrir fjölskyldu eða lítinn hóp gesta.

SÚRUR, DIPS OG SMÁR

35. Fljótlegar gulrótargúrkur

Fyrir 16 (gerir 1 lítra)
Virkur tími 20 mínútur
Heildartími 20 mínútur, auk 3 klukkustunda kælingu
Vertu viss um að nota kryddað hrísgrjónaedik hér. Pickles má geyma í kæli í allt að 1 mánuð; athugið að grænmeti mun mýkjast með tímanum.
1 pund gulrætur, skrældar og skornar í 4 til ½ tommu stangir
5 greinar ferskt estragon
1¼ bollar kryddað hrísgrjónaedik
¼ bolli vatn
2 hvítlauksrif, afhýdd og helminguð
¼ tsk svört piparkorn
¼ tsk gul sinnepsfræ
Setjið gulrætur og estragon í 1 lítra glerkrukku með þéttu loki. Blandið ediki, vatni, hvítlauk, piparkornum og sinnepsfræjum saman í litlum potti og látið suðuna koma upp. Hellið saltvatni í krukku og vertu viss um að allt grænmeti sé á kafi. Látið kólna alveg. Lokið með loki og setjið í kæli í að minnsta kosti 3 klukkustundir áður en borið er fram.

36. <u>Bloody Mary Pickled Aspas Spears</u>

Þjónar 32 (gerir 2 lítra) | Virkur tími 25 mínútur
Heildartími 40 mínútur, auk 5 daga súrsun
2½ bollar eplasafi edik
2½ bollar vatn
1½ bolli tómatsafi
8 hvítlauksrif, söxuð
3 matskeiðar sítrónusafi ásamt tveimur ¼ tommu þykkum kringlóttum sítrónusneiðum (2 sítrónur)
2 matskeiðar Worcestershire sósa
1 matskeið kosher salt
1 matskeið tilbúin piparrót
2 tsk sellerífræ
1½ tsk rauðar piparflögur
1 tsk pipar
2 pund þykkur aspas, snyrtur til að mæla 6 tommur langur

1 Látið edik, vatn, tómatsafa, hvítlauk, sítrónusafa, Worcestershire, salt, piparrót, sellerífræ, piparflögur og pipar sjóða í hollenskum ofni við meðalháan hita. Bætið aspas varlega í edikblönduna með oddunum í sömu átt. Látið suðuna koma upp í stutta stund, takið síðan strax af hitanum.

2 Notaðu töng og pakkaðu aspasnum vandlega í 2 hreinar 1-litra krukkur með oddunum upp. Notaðu trekt og sleif til að hella heitum saltvatni yfir aspas til að hylja. Þrýstið 1 sítrónusneið varlega í hverja krukku þar til hún er rétt á kafi.

3 Látið krukkur kólna alveg, hyljið með loki og geymið í kæli í að minnsta kosti 5 daga áður en þær eru bornar fram.

37. <u>**Cajun súrsuðu okra**</u>

Fyrir 16 (gerir 1 lítra) | Virkur tími 20 mínútur
Heildartími 35 mínútur, auk 1 viku súrsun

1½ bolli hvítvínsedik
1 bolli vatn
2 matskeiðar sykur
2 matskeiðar kosher salt
1 tsk reykt paprika
1 tsk þurrkað oregano
½ tsk cayenne pipar
6 hvítlauksrif, söxuð
14 aura lítið ferskt okra (3 tommur eða minna), snyrt

1 Hitið edik, vatn, sykur, salt, papriku, oregano og cayenne að suðu í meðalstórum potti við meðalháan hita; hylja og taka af hitanum.

2 Skammtar hvítlauk í 2 hreinar 1-pint krukkur. Pakkaðu okra þétt lóðrétt í krukkur, skiptu þeim á hvolfi og réttu upp til að passa best.

3 Setjið saltvatn í stutta stund að suðu. Notaðu trekt og sleif, helltu heitum saltvatni yfir grænmetið til að hylja, skildu eftir ½ tommu höfuðrými. Renndu tréspjóti meðfram krukkunni, þrýstu aðeins á grænmetið til að fjarlægja loftbólur, bættu síðan við auka saltvatni eftir þörfum.

4 Látið krukkur kólna alveg, hyljið með loki og geymið í kæli í að minnsta kosti 1 viku áður en þær eru bornar fram.

38. Fyllt súrsuð kirsuberjapipar

Fyrir 8 til 10 (gerir 20 fylltar paprikur) | Virkur tími 20 mínútur
Heildartími 20 mínútur, auk 1 klst
20 súrsuðum sætum kirsuberjapipar (14 aura)
2 aura provolone ostur, skorinn í ½ tommu teninga
2 aura þunnt sneiðar prosciutto
2 greinar fersk basil
2 bollar extra virgin ólífuolía

1 Fjarlægðu stilk og kjarna af papriku með skurðarhníf. Skolið papriku vel og þurrkið með pappírsþurrku.
2 Vefjið ostbita inn í sleikju og fyllið varlega í papriku. Skiptið basilíkunni á milli tveggja 1-pints krukkur, pakkið síðan vel með fylltri papriku. Hellið olíu yfir paprikuna til að hylja. Lokið krukkunum og setjið í kæli í að minnsta kosti 1 klukkustund áður en þær eru bornar fram.

39. Grænt ólífu tapenade

Fyrir 6 (gerir um það bil 1½ bolla) | Virkur tími 15 mínútur
Heildartími 15 mínútur
2 bollar steinhreinsaðar Castelvetrano ólífur, skiptar
5 matskeiðar extra virgin ólífuolía, auk auka til að drekka
2 matskeiðar kapers, skolaðar
2 matskeiðar gróft söxuð fersk steinselja
3 ansjósuflök
2 hvítlauksgeirar, saxaðir
2 tsk rifinn sítrónubörkur auk 2 tsk safi
1 tsk hakkað ferskt timjan
¼ tsk rauðar piparflögur

Púlsaðu 1¾ bolla af ólífum, olíu, kapers, steinselju, ansjósum, hvítlauk, sítrónubörk og safa, timjan og piparflögur í matvinnsluvél þar til ólífurnar eru fínt hakkaðar og blandan fer að líta út eins og þykk mauk, 10 til 12 belgjurtir, skafa niður hliðarnar af skál eftir þörfum. Bætið hinum ¼ bolla af ólífum út í og pulsið þar til þær eru grófsaxaðar, um 6 pulsur. Flyttu yfir í framreiðsluskál. Berið fram, hellt yfir auka ólífuolíu.

40. Pimento ostaálegg

Fyrir 12 (gerir um 3 bolla) | Virkur tími 15 mínútur
Heildartími 15 mínútur
½ bolli pimentos í krukku, tæmd og þurrkuð
6 matskeiðar majónesi
2 hvítlauksrif, söxuð
1½ tsk Worcestershire sósa
1 tsk heit sósa, auk auka til að krydda
1 pund extra skarpur cheddar ostur, rifinn (4 bollar)

Vinnið pimentos, majónesi, hvítlauk, Worcestershire og heita sósu í matvinnsluvél þar til það er slétt, um 20 sekúndur. Bætið cheddar út í og pulsið þar til það hefur blandast jafnt saman, með fínum bitum af osti í gegn, um 20 pulsur. Kryddið með salti, pipar og extra heitri sósu eftir smekk og berið fram.

41. Þeytt Feta ídýfa

Fyrir 8 (gerir um 2 bolla) | Virkur tími 15 mínútur
Heildartími 15 mínútur
1½ tsk sítrónusafi
¼ tsk hakkaður hvítlaukur
8 aura kúamjólk fetaostur
3 matskeiðar mjólk
2 matskeiðar auk 2 teskeiðar extra virgin ólífuolía, skipt
2 tsk hakkað ferskt oregano

1 Blandið sítrónusafa og hvítlauk saman í litla skál og setjið til hliðar. Brjóttu feta í grófa ½ tommu bita og settu í meðalstóra skál. Bætið við vatni til að hylja, þeytið svo stuttlega til að skola. Flytið yfir í fínmöskva sigti og látið renna vel af.
2 Flyttu fetaost í matvinnsluvél. Bætið við mjólk og frátekinni sítrónusafablöndu og vinnið þar til feta blandan líkist ricotta osti, um það bil 15 sekúndur. Með örgjörvan í gangi, hellið hægt út í 2 matskeiðar olíu. Haltu áfram að vinna þar til blandan hefur gríska jógúrtlíka samkvæmni (einhverjir litlir kekkir verða eftir), 1½ til 2 mínútur, stoppaðu einu sinni til að skafa niður botn og hliðar skálarinnar. Bætið við oregano og pulsu til að blanda saman. Flyttu ídýfu í skál. Dreifið 2 tsk olíu sem eftir er af og berið fram.

42. Heimabakað Labneh

Fyrir 6 til 8 (gerir um það bil 1 bolla) | Virkur tími 10 mínútur
Heildartími 10 mínútur, auk 8 klst
2 bollar hrein jógúrt
2 matskeiðar dukkah
Extra virgin ólífuolía

1 Settu sigti eða fínmöskju sigti með þreföldu lagi af ostaklút og settu yfir stóra skál eða mæliglas. Setjið jógúrt í sigti, hyljið með plastfilmu (plast á ekki að snerta jógúrt) og geymið í kæli þar til 1 bolli mysa hefur runnið af jógúrt, að minnsta kosti 8 klukkustundir eða allt að 12 klukkustundir. (Ef meira en 1 bolli mysu rennur úr jógúrt, hrærið aukalega aftur í jógúrt.)
2 Dreifið tæmdri jógúrt fallega yfir borðplötuna. Stráið dukkah yfir og dreypið olíu yfir eftir smekk. Berið fram.

43. Grófur Guacamole

Fyrir 10 til 12 (gerir um 3 bolla) | Virkur tími 15 mínútur
Heildartími 15 mínútur
3 þroskuð avókadó, skipt
¼ bolli hakkað ferskt kóríander
1 jalapeño chile, stilkaður, fræhreinsaður og hakkaður
2 matskeiðar smátt saxaður rauðlaukur
2 matskeiðar lime safi
2 hvítlauksrif, söxuð
¾ teskeið borðsalt
½ tsk malað kúmen

1 Haldið 1 avókadó í helming, fjarlægið holuna og hellið kjötinu í meðalstóra skál. Bætið við kóríander, jalapeño, lauk, lime safa, hvítlauk, salti og kúmeni og stappið með kartöflustöppu (eða gaffli) þar til það er að mestu slétt.

2 Haldið, holið og teningið sem eftir eru af 2 avókadóum. Bætið avókadó teningum í skál með maukuðu avókadóblöndunni og stappið varlega þar til blandan er vel sameinuð en samt gróf. Kryddið með salti eftir smekk og berið fram.

44. Ofurkremaður hummus

Fyrir 8 til 10 (gerir um 3 bolla) | Virkur tími 40 mínútur
Heildartími 50 mínútur
2 (15 aura) dósir kjúklingabaunir, skolaðar
½ tsk matarsódi
4 hvítlauksrif, afhýdd
⅓ bolli sítrónusafi (2 sítrónur), auk auka til að krydda
1 tsk matarsalt
¼ tsk malað kúmen, auk auka til að skreyta
½ bolli tahini, hrært vel
2 matskeiðar extra virgin ólífuolía, auk auka til að drekka
1 matskeið söxuð fersk steinselja

1 Blandið kjúklingabaunum, matarsóda og 6 bollum af vatni saman í meðalstóran pott og látið sjóða við háan hita. Lækkið hitann til að halda suðu og eldið, hrærið af og til, þar til kjúklingabaunahýði byrjar að fljóta upp á yfirborðið og kjúklingabaunir eru rjómalögaðar og mjög mjúkar, 20 til 25 mínútur.

2 Á meðan kjúklingabaunir eru soðnar, saxið hvítlaukinn. Mælið 1 matskeið hvítlauk og setjið til hliðar; fargaðu afganginum af hvítlauknum. Þeytið sítrónusafa, salt og frátekinn hvítlauk saman í lítilli skál og látið standa í 10 mínútur. Sigtið hvítlauks-sítrónublönduna í gegnum fínmöskva sigti yfir skálina, þrýstið á fast efni til að draga út eins mikinn vökva og hægt er; farga föstu efni.

3 Tæmið kjúklingabaunirnar í sigti og setjið aftur í pottinn. Fylltu pönnuna með köldu vatni og þeytið kjúklingabaunum varlega með fingrunum til að losa hýðið. Hellið mestu vatni af í sigti til að safna hýðinu, skiljið eftir kjúklingabaunir í potti. Endurtaktu að fylla, þvo og tæma 3 eða 4 sinnum þar til flest skinn hefur verið fjarlægt (þetta ætti að gefa um ¾ bolla af skinni); farga skinnum. Flyttu kjúklingabaunir yfir í sigti til að renna af.

4 Setjið til hliðar 2 matskeiðar heilar kjúklingabaunir til skrauts. Vinnið hvítlauks-sítrónublöndu, ¼ bolla af vatni, kúmeni og kjúklingabaununum sem eftir eru í matvinnsluvél þar til þær eru sléttar, um það bil 1 mínútu, skafið niður hliðar skálarinnar eftir þörfum. Bætið tahini og olíu við og vinnið þar til hummus er slétt, rjómakennt og létt, um það bil 1 mínútu, skafið niður hliðar skálarinnar eftir þörfum. (Hummus ætti að hafa hæfilega þéttleika svipað og jógúrt. Ef það er of þykkt, losaðu það með vatni, bætið við 1 teskeið í einu.) Kryddið með salti og auka sítrónusafa eftir smekk. Flyttu hummus yfir í skál og stráðu steinselju, fráteknum kjúklingabaunum og auka kúmeni yfir. Hellið yfir auka olíu og berið fram.

45. Sætkartöfluhummus

Fyrir 8 (gerir um 2 bolla) | Virkur tími 35 mínútur
Heildartími 35 mínútur, auk 30 mínútna standandi
1 pund sætar kartöflur, óafhýddar
¼ bolli tahini
3 matskeiðar extra virgin ólífuolía
¾ bolli vatn
2 matskeiðar sítrónusafi
1 hvítlauksgeiri, saxaður
1 tsk paprika
¾ teskeið borðsalt
½ tsk malað kóríander
¼ tsk malað kúmen
¼ tsk chipotle chile duft

Forskot

Geymið hummus í kæli í allt að 5 daga; látið ná stofuhita áður en það er borið fram. Ef nauðsyn krefur, hrærið 1 matskeið af volgu vatni út í til að losa áferðina.

Marklína

Áður en borið er fram skaltu dreypa yfir ólífuolíu og/eða ristuðum sesamfræjum og chipotle chile dufti yfir.

Fullkomið par

Topp hummus með einu af áleggi á þessari síðu. Berið fram með Pinto baunum, ancho og nautasalati (þessi síða) eða pönnusteiktri hörpuskel (sjá þessa síðu).

AF hverju þessi uppskrift virkar Þó við elskum hefðbundinn kjúklingabaunahummus, fannst okkur skemmtilegt að búa til nýja útfærslu sem setti hummus á hausinn, heldur kunnuglegum bragðefnum (tahini, ólífuolíu, hvítlauk og sítrónusafa) en skipta út belgjurtunum. fyrir sætar kartöflur í björtum lit. Örbylgjuofn sætu kartöflunum mýkir þær fljótt og einbeitir sætleika þeirra. Aðeins ¼ bolli af tahini er nóg til að standa upp við spuds án þess að yfirgnæfa hummusinn. Til að ná bragðinu út bætum við papriku, kóríander og kúmeni út í. Með því að bæta við chipotle chile og hvítlauksrifinu dregur úr sætleika spudsins með mildri hlýju, en smá sítrónusafi færir bragðið í fókus.

1 Stungið sætar kartöflur nokkrum sinnum með gaffli, setjið á disk og örbylgjuofnar þar til þær eru mjög mjúkar, um það bil 12 mínútur, og snúið kartöflunum hálfa leið í örbylgjuofn. Látið kartöflurnar kólna í 5 mínútur. Blandið saman tahini og olíu í lítilli skál.

2 Skerið kartöflur í tvennt eftir endilöngu og dragið kjötið af hýðinu; farga skinnum. Vinnið sætar kartöflur, vatn, sítrónusafa, hvítlauk, papriku, salt, kóríander, kúmen og chile duft í matvinnsluvél þar til það er alveg slétt, um það bil 1 mínútu, skafið niður hliðar skálarinnar eftir þörfum. Með örgjörvan í gangi, bætið tahini blöndunni út í í jöfnum straumi og vinnið þar til hummus er slétt og rjómakennt, um það bil 15 sekúndur, skafið niður skálina eftir þörfum. Kryddið með salti og pipar eftir smekk.

3 Flyttu hummus yfir í skál, hyljið með plastfilmu og látið standa við stofuhita þar til bragðefnin blandast saman, um það bil 30 mínútur. Berið fram.

46. Smjörbauna- og baunadýfa með myntu

Fyrir 8 (gerir um 2 bolla) | Virkur tími 20 mínútur
Heildartími 20 mínútur, auk 45 mínútna standandi
1 lítill hvítlauksgeiri, saxaður
¼ tsk rifinn sítrónubörkur auk 2 matskeiðar safi
1 bolli frosnar barnabaunir, þiðnar og klappaðar þurrar, skipt
1 (15 aura) dós smjörbaunir, 2 matskeiðar vökvi frátekinn, baunir skolaðar
1 rauðlaukur, hvítir og ljósgrænir hlutar skornir í ½ tommu bita, dökkgrænn hluti skorinn þunnt á hlutdrægni
¼ bolli fersk myntulauf
¾ teskeið borðsalt
¼ teskeið malað kóríander
Klípa cayenne pipar
¼ bolli grísk jógúrt
Forskot
Geymið ídýfu í kæli í allt að 1 dag; látið standa við stofuhita í 30 mínútur áður en það er borið fram.
Fullkomið par
Berið fram með fylltum tómötum (þessi síða), Gobi Manchurian (þessi síða), eða Kataifi-vafða feta með tómötum og þistilhjörtum (þessi síða).
AF HVERJU ÞESSI UPPSKRIFT VIRKAR Létt baunadýfa sem undirstrikar jarðsætt bragð baunanna og slétt, rjómalöguð áferð þeirra er ekki erfitt að ná fram - reyndar komum við með fjórar bragðgóðar útgáfur sem allar passa við hæfileikann fyrir ljúffengan scoopability . Að nota niðursoðnar baunir gerir uppskriftina fljótlega að henda saman. Til að gera ídýfuna ferska, rjómakennda og flókna á bragðið, pörum við sterkjuríku baunirnar sem mynda grunn hverrar ídýfu með viðkvæmari viðbót eins og smábaunum, edamame eða maís. Með því að setja inn léttari grænmetisþátt komum við í veg fyrir deigið í sumum baunadýfum. Til að fríska upp á ídýfuna enn frekar bætum við grískri jógúrt, hollum skammti af sítrónusafa og ferskum kryddjurtum við. Við viljum frekar þessar ídýfur þegar þær eru búnar til með heilri grískri jógúrt, en hægt er að skipta um 2 prósent eða 0 prósent afbrigði.
1 Blandaðu saman hvítlauk og sítrónuberki og safa í lítilli skál; setjið til hliðar í að minnsta kosti 15 mínútur. Setjið til hliðar 2 matskeiðar baunir til að skreyta.

2 Púlssmjörbaunir, geymdur vökvi, rauðlaukshvítur og ljósgrænt, mynta, salt, kóríander, cayenne, sítrónusafablöndu og eftirstöðvar bauna í matvinnsluvél þar til þær eru fullmalaðar, 5 til 10 pulsur. Skafaðu niður hliðar skálarinnar, haltu síðan áfram að vinna þar til einsleitt deig myndast, um það bil 1 mínútu, skafa niður hliðar skálarinnar tvisvar. Bætið jógúrt út í og haltu áfram að vinna þar til slétt og einsleitt, um það bil 15 sekúndur, skafa niður skálina eftir þörfum. Flyttu yfir í skál, loku og láttu standa við stofuhita í að minnsta kosti 30 mínútur.

3 Kryddið með salti eftir smekk. Stráið rauðlauksgrænu og fráteknum ertum yfir. Berið fram.

Afbrigði

Cannellini Bean og Edamame Dip með Tarragon

Aukið sítrónubörk í ½ teskeið. Skiptu út frosnu edamame fyrir baunir, cannellini baunir fyrir smjörbaunir og estragon fyrir myntu. Slepptu kóríander og aukið jógúrt í ⅓ bolla.

Pinto baunir og maísdýfa með kóríander

Setjið sítrónu af limebörk og safa, frosið maís fyrir baunir, pinto baunir fyrir smjörbaunir og kóríander fyrir myntu. Skiptu út ¼ tsk chipotle chile duft og ¼ tsk malað kúmen fyrir kóríander.

Bleik bauna og Lima baunadýfa með steinselju

Slepptu sítrónuberki. Skiptu út frosnar lima baunir fyrir baunir, bleikar baunir fyrir smjörbaunir og steinselju fyrir myntu. Skiptu út ¼ tsk garam masala fyrir kóríander og aukið jógúrt í ⅓ bolla.

bragðmikið álegg fyrir ídýfur

Vel gerð ídýfa þarf ekki að vera fín til að fullnægja: létt skvetta af ávaxtaríkri extra virgin ólífuolíu eða strá af söxuðum ferskum kryddjurtum eða ristuðum hnetum er allt sem flestar ídýfur krefjast. En til að auka dýfuleikinn þinn í alvörunni—hvort sem þú vilt stækka uppáhalds ídýfuna þína svo hún geti staðið ein og sér sem létt máltíð, til að bæta við auka bragði og áferð, eða til að gera allt til að setja saman dýfingarálegg sem mun örugglega heilla gesti - íhugaðu að bæta við bragðmiklu áleggi. Þetta álegg er ljúffengt og seðjandi og gefur jafnvel einföldustu ídýfum ómótstæðilegum forvitni.

47. Baharat nautaálegg

Þjónar 8 til 10 (gerir um ¾ bolli)

2 tsk vatn
½ tsk matarsalt
¼ tsk matarsódi
8 aura 85 prósent magurt nautahakk
1 matskeið extra virgin ólífuolía
¼ bolli fínt saxaður laukur
2 hvítlauksrif, söxuð
1 tsk reykt heit paprika
1 tsk malað kúmen
¼ tsk pipar
¼ teskeið malað kóríander
⅛ teskeið malaður negull
⅛ teskeið malaður kanill
⅓ bolli furuhnetur, ristaðar, skiptar
2 tsk sítrónusafi
1 uppskrift ídýfa
1 tsk söxuð fersk steinselja

1 Blandið vatni, salti og matarsóda saman í stóra skál. Bætið nautakjöti saman við og blandið saman. Látið sitja í 5 mínútur.

2 Hitið olíu í 12 tommu nonstick pönnu yfir miðlungshita þar til hún ljómar. Bætið lauk og hvítlauk út í og eldið, hrærið af og til, þar til laukurinn er mjúkur, 3 til 4 mínútur. Bætið papriku, kúmeni, pipar, kóríander, negul og kanil út í og eldið, hrærið stöðugt, þar til ilmandi, um það bil 30 sekúndur. Bætið nautakjöti út í og eldið, brjótið kjötið í sundur með tréskeið, þar til nautakjötið er ekki lengur bleikt, um það bil 5 mínútur. Bætið ¼ bolli af furuhnetum og sítrónusafa út í og blandið saman.

3 Toppdýfa með nautakjötiblöndu, steinselju og furuhnetum sem eftir eru. Berið fram.

Afbrigði

Baharat-kryddað plöntubundið álegg

Slepptu vatni, salti og matarsóda úr álegginu og slepptu skrefi 1. Í skrefi 2 skaltu setja nautakjöt úr plöntugrunni í staðinn fyrir nautakjöt og elda, brjóta kjötið í sundur með tréskeið, þar til fastar molnar myndast, 2 til 3 mínútur.

48. Stökkur sveppir og sumac álegg

Þjónar 8 til 10 (gerir um 2 bolla)
12 aura ostrusveppir, snyrtir og rifnir í 1½ tommu bita
¼ bolli vatn
2 matskeiðar extra virgin ólífuolía, skipt, auk auka til að drekka
⅛ teskeið borðsalt
1 sítróna, skorin í fjórða
1 (15 aura) dós kjúklingabaunir, skolaðar
2 tsk sumac, auk auka til að bera fram
1 uppskrift ídýfa
¼ bolli fersk steinseljublöð
2 matskeiðar saxaðar ristaðar pistasíuhnetur

1 Eldið sveppi og vatn í 12 tommu nonstick pönnu við háan hita, hrærið af og til, þar til sveppir byrja að festast við botninn á pönnu, 6 til 8 mínútur. Lækkið hitann í meðalháan og hrærið 1 msk olíu og salti saman við. Eldið, hrærið af og til, þar til sveppir eru stökkir og vel brúnaðir, 8 til 12 mínútur. Flyttu yfir á disk.

2 Bætið 1 matskeið af olíu og sítrónufjórðungum sem eftir eru, með niðurskornum hliðum, í tóma pönnu og eldið við meðalháan hita þar til þau eru vel brún á afskornum hliðum, 2 til 3 mínútur; flytja á disk með sveppum. Bætið kjúklingabaunum út í olíu sem er eftir á aftur tómri pönnu og eldið þar til þær eru ljósbrúnar, um það bil 2 mínútur. Af hita, bætið sumac út í og blandið til hjúpsins. Kryddið með salti og pipar eftir smekk.

3 Topp ídýfa með sveppum, kjúklingabaunum, steinselju og pistasíuhnetum. Stráið extra sumac yfir og dreypið aukaolíu yfir. Berið fram með steiktum sítrónufjórðungum.

Fullkomið par
Notaðu þetta álegg til að stækka einn af hummuses á þessari síðu, eða til að toppa Pinto bauna og maísdýfu með kóríander eða bleik bauna og lima baunadýfu með steinselju (þessi síða) í stað annarra skreytinga. Þetta álegg passar líka vel við Skordalia (þessi síða).
Þú gætir líka valið að bera þetta álegg fram í aðskildum skálum ásamt ýmsum ídýfum, súrum gúrkum, hrísgrjónum og kexum til að leyfa gestum að blanda saman eins og þeir vilja.

49. <u>Muhammara</u>

Fyrir 6 til 8 (gerir um það bil 1½ bolla) | Virkur tími 15 mínútur
Heildartími 15 mínútur

1 bolli ristuð rauð paprika, saxuð
½ bolli valhnetur, ristaðar
⅓ bolli kexmola
3 laukar, saxaðir
¼ bolli extra virgin ólífuolía
1½ msk granatepli melass
4 tsk sítrónusafi
1½ tsk paprika
1 tsk malað kúmen
½ tsk matarsalt
⅛ teskeið cayenne pipar

Vinnið allt hráefnið í matvinnsluvél þar til það myndast einsleitt gróft mauk, um það bil 15 sekúndur, skafið niður hliðar skálarinnar hálfa leið í vinnslu. Færið í skál og berið fram.

50. <u>Caponata</u>

Fyrir 8 (gerir um 3 bolla) | Virkur tími 50 mínútur
Heildartími 1 klst
1½ pund eggaldin, skorið í ½ tommu bita
½ tsk matarsalt
¾ bolli V8 safi
¼ bolli rauðvínsedik, auk auka til að krydda
¼ bolli saxuð fersk steinselja
2 matskeiðar pakkaður púðursykur
3 ansjósuflök, skoluð og söxuð
1 stór tómatur, kjarnhreinsaður, fræhreinsaður og saxaður
¼ bolli rúsínur
2 matskeiðar hakkaðar svartar ólífur
6–7 tsk extra virgin ólífuolía, skipt
1 sellerí rif, fínt saxað
1 rauð paprika, stofnuð, fræhreinsuð og saxuð fínt
1 lítill laukur, fínt saxaður
¼ bolli furuhnetur, ristaðar

Forskot
Geymið caponata í kæli í allt að 1 viku; látið það ná stofuhita áður en það er borið fram.

Marklína
Berið caponata fram með bruschetta eða í lítilli skál sem hreim fyrir antipasti eða meze-álegg.

Fullkomið par
Berið caponata fram með Pinchos Morunos (þessi síða) eða rækju Rémoulade (þessi síða), eða notaðu sem álegg fyrir grillaða Polenta (þessi síða).

AF HVERJU ÞESSI UPPSKRIFT VIRKAR Caponata, súrsæt eggaldinsmekk sem styrkt er af djörfu Miðjarðarhafsbragði af ansjósum, ólífum, rúsínum og furuhnetum, er nógu gott til að borða beint úr skálinni. Eggaldin hefur tilhneigingu til að gleypa olíu eins og svampur, svo við byrjum á því að örbylgja það á kaffisíubeði, tækni sem fellur saman frumur eggaldinsins og gerir því kleift að taka í sig bragðið af hinum innihaldsefnum. Við bætum við óblandaðri tómatbragði í formi V8 safa - ólíklegt útúrsnúningur, en sá sem hjálpar okkur að forðast að blanda inn kvoða áferð niðursoðna tómata. Þó að við kjósum frekar bragðið af V8 safa, þá er hægt að skipta um tómatsafa. Ef kaffisíur eru ekki fáanlegar er hægt að skipta um matarörugg, ólituð pappírshandklæði. Vertu viss um að taka eggaldinið úr örbylgjuofninum strax eftir örbylgjuofninn svo að gufan komist út.

1 Kasta eggaldin með salti í skál. Settu diskinn með tvöföldu lagi af kaffisíum og úðaðu létt með jurtaolíuúða. Smyrjið eggaldin í jöfnu lagi á kaffisíur. Örbylgjuofn þar til eggaldin er þurrt og rýrnað niður í þriðjung af upprunalegri stærð, 8 til 15 mínútur (eggaldin ætti ekki að brúnast). Flyttu eggaldin strax yfir á pappírsklædda disk.

2 Þeytið V8 safa, edik, steinselju, sykur og ansjósu saman í skál. Hrærið tómötum, rúsínum og ólífum saman við.

3 Hitið 1 msk olíu í 12 tommu nonstick pönnu yfir miðlungs háum hita þar til ljómar. Bætið eggaldin út í og eldið, hrærið af og til, þar til brúnirnar eru brúnar, 4 til 8 mínútur, bætið við 1 teskeið af olíu ef pönnu virðist þurr; flytja í skál.

4 Bætið 1 msk olíu sem eftir er af olíu í tóma pönnu og hitið við meðalháan hita þar til hún ljómar. Bætið við sellerí, papriku og lauk og eldið, hrærið stundum, þar til það er mýkt og brúnir eru brúnir, 6 til 8 mínútur.

5 Lækkið hitann í miðlungs-lágan og hrærið eggaldin og V8 safablöndunni saman við. Látið malla og eldið þar til vökvinn er þykkur og hjúpur grænmetið, 4 til 7 mínútur. Færið yfir í skál og látið kólna alveg. Kryddið með auka ediki eftir smekk og stráið furuhnetum yfir áður en borið er fram.

51. **Baba Ghanoush**

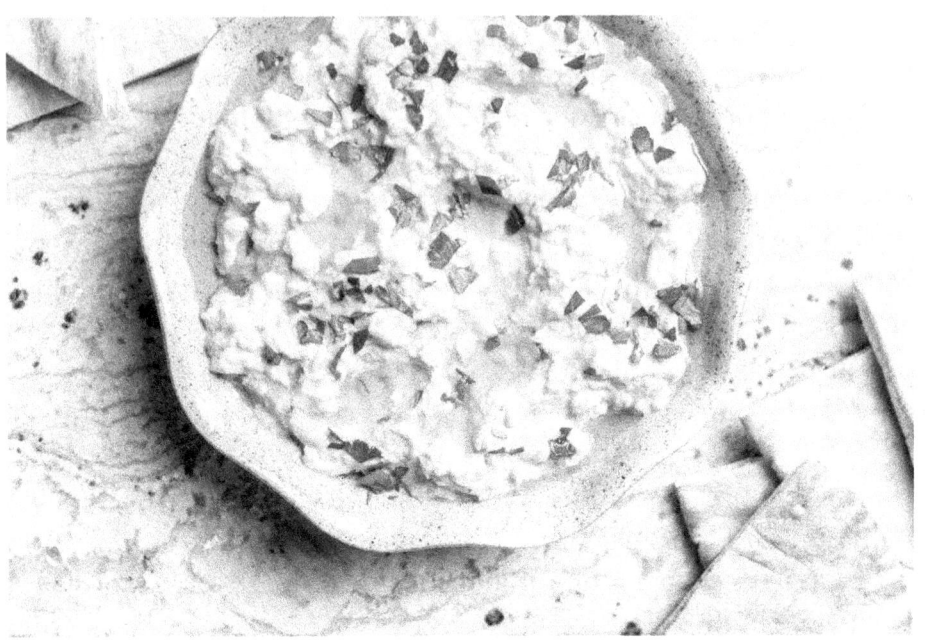

Fyrir 8 (gerir um 2 bolla) | Virkur tími 25 mínútur
Heildartími 1¼ klst, auk 1 klst kæling
2 eggaldin (1 pund hvert), stungið út um allt með gaffli
2 matskeiðar tahini
2 matskeiðar extra virgin ólífuolía, auk auka til að drekka
4 tsk sítrónusafi
1 lítill hvítlauksgeiri, saxaður
¾ teskeið borðsalt
¼ tsk pipar
2 tsk söxuð fersk steinselja

Forskot
Kælið baba ghanoush, þakið vel með plastfilmu, í allt að 1 dag; látið standa við stofuhita í 20 mínútur áður en það er borið fram.

Fullkomið par
Berið fram með stökku linsubauna- og kryddjurtasalati (þessi síða), kjúklingakökum (þessi síða) eða Lambafitayer (þessi síða).

AF HVERJU ÞESSI UPPSKRIFT VIRKAR Baba ghanoush er eggaldin sem byggir á meze í Ísrael, Líbanon, Palestínu og víðar. Við elskum það á sumrin sem kælda eða stofuhita ídýfu, og vegna þess að það er hægt að gera það fyrirfram, er það líka frábær viðbót við sumarpartýlínuna. Til þæginda útbúum við eggaldinið í ofninum frekar en að steikja það yfir opnum loga eins og hefðbundið er. Við stingum í húð eggaldinanna til að hjálpa raka að gufa upp meðan á eldun stendur og ristum þau síðan í heilu lagi þar til holdið er mjög mjúkt og meyrt. Til að koma í veg fyrir vatnsmikla dýfu hellum við heitu deiginu í sigti til að leyfa umfram raka að renna út fyrir vinnslu. Sítrónusafi, ólífuolía, hvítlaukur og tahini bragðbætir ídýfuna. Leitaðu að eggaldinum með glansandi, stífum og ómaruðu skinni og jafnri lögun (aubergin með perulaga lögun eldast ekki jafnt).

1 Stillið ofngrind í miðstöðu og hitið ofninn í 500 gráður. Setjið eggaldin á álpappírsklædda bökunarplötu og steikið, snúið eggaldinunum við á 15 mínútna fresti, þar til þau eru einsleit mjúk þegar þrýst er á þær með töng, 40 mínútur til 1 klukkustund. Látið eggaldin kólna í 5 mínútur á plötu.

2 Setjið sigti yfir skálina. Skerið topp og botn af hverju eggaldini og skerið eggaldin í tvennt eftir endilöngu. Notaðu skeið til að ausa heitu deigi í sigti (þú ættir að hafa um það bil 2 bolla); farga skinnum. Látið deigið renna af í 3 mínútur.

3 Flyttu tæmd eggaldin yfir í matvinnsluvél. Bætið við tahini, olíu, sítrónusafa, hvítlauk, salti og pipar. Púlsblöndu í gróft mauk, um 8 pulsur. Kryddið með salti og pipar eftir smekk.

4 Flyttu yfir í skál, hyldu vel með plastfilmu og kældu í kæli þar til það er kalt, um það bil 1 klukkustund. Kryddið með salti og pipar eftir smekk, hellið yfir auka olíu og stráið steinselju yfir áður en borið er fram.

52. Skordalia

Fyrir 8 til 10 (gerir um 2 bolla) | Virkur tími 25 mínútur
Heildartími 40 mínútur

1 stór rússet kartöflu (12 aura), afhýdd og sneið ½ tommu þykk
4 hvítlauksrif, afhýdd
2 tsk rifinn sítrónubörkur auk ¼ bolli safi (2 sítrónur)
⅔ bolli sneiðar möndlur
½ bolli extra virgin ólífuolía, auk auka til að drekka
¾ teskeið borðsalt
2 tsk saxaður ferskur graslaukur eða steinselja

Forskot

Geymið skordalia í kæli í allt að 3 daga; látið standa, þakið, við stofuhita í 30 mínútur áður en það er borið fram.

Fullkomið par

Berið fram skordalia með Horiatiki Salata (þessi síða); eða notaðu það sem krydd fyrir steikt spergilkál (þessi síða) eða Gambas a la Plancha (þessi síða).

AF hverju þessi uppskrift virkar Skordalia, hvítlauksmikið grískt kartöflu- eða brauð smurefni, er oft borið fram sem krydd fyrir kjöt eða fisk, en það er líka hægt að bera það fram sem ídýfu, fullkomið til að ausa upp með pítu eða crudités. Hér bætum við hvítlauk, biti hans mildaður með því að liggja í bleyti í súrum sítrónusafa, við botninn af soðnum kartöflum. Möndlur bæta jarðbundnu sætu og ríkidæmi við hið glæsilega rjómalaga mauk. Þú þarft blandara fyrir þessa uppskrift. Til að búa til mauk með sem sléttustu áferð þarftu líka kartöflugrjóna eða matkvörn með fínum diski; ef þetta er ekki til er hægt að stappa kartöfluna vel með kartöflustöppu en ídýfan verður með sveitalegri áferð. Við viljum frekar rauða kartöflu fyrir jarðneskara bragðið, en Yukon Gold virkar líka vel. Ef ein stór kartöflu er ekki til er í lagi að nota tvær minni kartöflur sem samtals 12 aura. Þú getur notað annað hvort blanched eða húð-on möndlur. Rasp í raspi gerir það fljótt að breyta hvítlauknum í mauk.

1 Setjið kartöflur í meðalstóran pott og bætið köldu vatni við til að ná 1 tommu. Látið suðuna koma upp við háan hita. Stilltu hita til að viðhalda suðu og eldaðu þar til skurðhnífnum er auðvelt að renna í og úr kartöflum, 18 til 22 mínútur.

2 Á meðan kartöflur eldast, saxið hvítlaukinn í fínt deig. Flyttu 1 matskeið hvítlauksmauk í litla skál; fargaðu hvítlauksmaukinu sem eftir er. Blandið sítrónusafa saman við hvítlauksmauk og látið standa í 10 mínútur.

3 Vinnið hvítlauksblöndu, sítrónubörk, möndlur, olíu, ½ bolla af vatni og salti í blandara þar til það er mjög slétt, um 45 sekúndur.

4 Tæmdu kartöfluna. Setjið hrísgrjóna- eða matkvörn yfir meðalstóra skál. Unnið í lotum, flytjið heita kartöflu yfir í fatið og vinnið. Hrærið möndlublönduna út í kartöflurnar þar til þær eru sléttar. Kryddið með salti og pipar eftir smekk og setjið yfir í skál. Hellið yfir aukaolíu og stráið graslauk yfir. Berið fram heitt eða við stofuhita.

dýfur í hægum eldunarvélum

Bragðmikil ídýfa ætti ekki að vera erfið að búa til. Þessar ídýfur eru að mestu leyti handlausar og án vandræða, og þökk sé stöðugum mildum hita hægra eldunarvélarinnar geturðu undirbúið þær allt að nokkrum klukkustundum fram í tímann og haldið þeim heitum þar til eftirlýst er.

53. Spínat og ætiþistla ídýfa

Þjónar 8 til 10 (gerir um það bil 5 bolla)

6 aura rjómaostur, mildaður
½ bolli majónesi
2 matskeiðar vatn
1 matskeið sítrónusafi
3 hvítlauksrif, söxuð
¼ tsk matarsalt
¼ tsk pipar
3 bollar heilir ætiþistlar í krukku pakkaðir í vatn, skolaðir, þurrkaðir og saxaðir
10 aura frosið spínat, þídað og kreist þurrt
2 matskeiðar saxaður ferskur graslaukur
1 Þeytið rjómaost, majónes, vatn, sítrónusafa, hvítlauk, salt og pipar í stóra skál þar til það hefur blandast vel saman. Blandið ætiþistlum og spínati varlega saman við.
2A Fyrir 1½ til 5 lítra hæga eldavél Flyttu blönduna yfir í hægan eldavél, loku á og eldaðu þar til hún er hituð í gegn, 1 til 2 klukkustundir á lágum hita.
2B Fyrir 5½ til 7 lítra hæga eldavél Flyttu blönduna yfir í 1½ lítra soufflé fat. Setjið fatið í hægan eldavél og helllð vatni í hægan eldavél þar til það nær um þriðjungi upp hliðum fatsins (um það bil 2 bollar vatn). Lokið og eldið þar til það er hitað í gegn, 1 til 2 klukkustundir á lágmarki. Fjarlægðu fatið úr hæga eldavélinni, ef þess er óskað.
3 Hrærið varlega í dýfu til að sameina hana aftur. Stráið graslauk yfir og berið fram.

54. Chile con queso

Þjónar 8 til 10 (gerir um 4 bolla)

1 bolli kjúklinga- eða grænmetissoð
4 aura rjómaostur
1 matskeið maíssterkju
1 msk hakkað niðursoðinn chipotle chile í adobo sósu
1 hvítlauksgeiri, saxaður
¼ tsk pipar
8 aura Monterey Jack ostur, rifinn (2 bollar)
4 aura amerískur ostur, rifinn (1 bolli)
1 (10 aura) dós Ro-tel hægelduðum tómötum og grænum chili, tæmd

1 Örbylgjusoð, rjómaostur, maíssterkju, chipotle, hvítlaukur og pipar í stórri skál, þeytt af og til, þar til það er slétt og þykkt, um það bil 5 mínútur. Hrærið Monterey Jack og amerískum ostum saman við þar til þeir blandast vel saman.

2A Fyrir 1½ til 5 lítra hæga eldavél Flyttu blönduna yfir í hægan eldavél, loku á og eldaðu þar til osturinn er bráðinn, 1 til 2 klukkustundir á lágum tíma.

2B Fyrir 5½ til 7 lítra hæga eldavél Flyttu blönduna yfir í 1½ lítra soufflé fat. Setjið fatið í hægan eldavél og hellið vatni í hægan eldavél þar til það nær um þriðjungi upp hliðum fatsins (um það bil 2 bollar vatn). Lokið og eldið þar til osturinn er bráðinn, 1 til 2 klukkustundir á lágmarki. Fjarlægðu fatið úr hæga eldavélinni, ef þess er óskað.

3 Þeytið ídýfu þar til það er slétt, hrærið síðan tómötunum saman við. Berið fram.

Fullkomið par

Báðar þessar hægu eldunardýfur eru frábærar til að ausa upp með kex, crostini, tortilla flögum eða crudités. Nýttu þér matreiðslutíma þessara ídýfa til að útbúa tímafrekari uppskriftir, eins og Shu Mai (þessi síða) eða krabbakrókettar (þessi síða), til að bera fram meðfram. Eða berið fram ríkar ídýfur með léttari meðlæti eins og Peach Caprese salati (þessi síða) eða rakað kúrbít salat (þessi síða).

55. <u>Sikil P'ak</u>

Fyrir 12 (gerir um 3 bolla) | Virkur tími 25 mínútur
Heildartími 1 klukkustund, auk 2 klukkustunda kælingu
1½ bollar ristuð, óhýdd graskersfræ
1 pund plómutómatar, kjarnhreinsaðir og helmingaðir
¼ bolli extra virgin ólífuolía, skipt
1 laukur, saxaður
2 matskeiðar lime safi
1 habanero chile, stofnað, fræhreinsað og saxað
2 aura queso fresco, mulið (½ bolli)
2 matskeiðar saxaður ferskur kóríander
Forskot
Geymið ídýfu í kæli í allt að 1 dag.
Fullkomið par
Berið fram með sítrus- og radicchio-salati með döðlum og reyktum möndlum (þessi síða), suðurkornsbrauði (þessi síða) eða molletes (þessi síða).
AF HVERJU ÞESSI UPPSKRIFT VIRKAR Ekkert á móti því að snæða graskersfræ af handfylli, en fornu Mayabúar kunnu enn betri not fyrir þau: Þeir möluðu fræin með tómötum og krydduðum habanero chiles til að gera jarðbundna, bragðmikla ídýfu sem kallast sikil p'ak. Ídýfan er með yfirveguðu krydduðu, tertu og steiktu bragði, fullkomið til að fara um á leikdegi eða njóta sem hádegissnarl. Það er jafnan búið til með óhýddum graskersfræjum, sem eru enn hulin hvítum skeljum sínum. Þar sem óhýdd graskersfræ eru nánast alltaf seld ristuð og söltuð fannst okkur mikilvægt að skola saltið af áður en fræin eru notuð. Við ristum síðan fræin í ríkulega gylltan blæ í heitum ofni áður en við vinnum þau í blandara til að brjóta niður hörðu hýðina í slétta dýfu sem hægt er að ausa. Ef þú notar ósöltuð graskersfræ,

1 Stilltu 1 ofngrind í miðstöðu og aðra grind 6 tommu frá grilleiningunni. Hitið ofninn í 400 gráður. Skolið graskersfræ undir heitu vatni og þurrkið vel. Dreifið fræjum á bökunarplötu, setjið plötuna á neðri grind og ristið fræin, hrærið af og til, þar til þau eru gullinbrún, 12 til 15 mínútur. Setjið til hliðar til að kólna og hitið grillið.

2 Klæðið aðra bökunarplötu með álpappír. Kasta tómötum með 1 matskeið olíu og raðaðu niðurskurðarhliðinni niður á tilbúið blað. Setjið lak á efri grind og steikið þar til tómatarnir eru brúnir, 7 til 10 mínútur. Færið tómatana yfir í blandara og látið kólna alveg.

3 Bætið lauk, lime safa, habanero, graskersfræjum og 3 msk olíu sem eftir eru í blandarann og vinnið þar til slétt, um 1 mínútu, skafið niður hliðar krukku eftir þörfum. Flyttu ídýfu yfir í skál og kældu þar til hún er alveg kæld, að minnsta kosti 2 klukkustundir. Kryddið með salti og pipar eftir smekk. Stráið queso fresco og kóríander yfir áður en borið er fram.

56. Buffalo kjúklingadýfa

Fyrir 10 til 15 (gerir um 6 bolla) | Virkur tími 15 mínútur
Heildartími 35 mínútur
1 pund rjómaostur
¾ bolli heit sósa
1 (2½ pund) rotisserie kjúklingur, skinni og beinum fargað; kjöt rifið í hæfilega bita (3 bollar)
1 bolli búgarðsdressing
4 aura gráðostur, mulinn (1 bolli)
2 tsk Worcestershire sósa
4 aura skarpur cheddar ostur, rifinn (1 bolli)
2 laukar, þunnar sneiðar

Forskot
Geymið samansetta, óbakaða ídýfu í kæli í allt að 2 daga; látið ná stofuhita áður en haldið er áfram með skref 2.

Fullkomið par
Berið fram með svínum í teppum (þessi síða), Green Chile Cheeseburger Sliders (þessi síða), eða hunangssalati með hnetum og lime (þessi síða).

AF HVERJU ÞESSI UPPSKRIFT VIRKAR Fullkomin til að þjóna mannfjöldanum á spilakvöldum, þessi ídýfa hefur allt það stingandi, bragðmikla bragð af frábærum buffalo vængi (eins og þeir sem eru á þessari síðu), en með minna sóðaskap. Með því að rífa kjötið af kjúklingi með rotisserie er hægt að setja ídýfuna hratt saman. Rjómaostur gefur sléttan botn fyrir ídýfuna og örbylgjuofn með heitri sósu losar um hana þannig að hrært hráefni (kjúklingur og gráðostur) er fljótlegt. Bolli af búgarðsdressingu, nokkrar teskeiðar af Worcestershire sósu og stráð af cheddarosti og rauðlauk eykur bragðið í ídýfunni. Ef þú átt aðeins 2 lítra bökunarrétt skaltu lengja bökunartímann í 45 mínútur. Við viljum frekar Frank's RedHot Original Cayenne piparsósu hér, en aðrar heitar sósur munu virka.

1 Stillið ofngrind í miðstöðu og hitið ofninn í 350 gráður. Blandið rjómaosti og heitri sósu saman í miðlungsskál og í örbylgjuofn þar til rjómaostur er orðinn mjög mjúkur, um það bil 2 mínútur, þeytið hálfa leið í gegnum örbylgjuofn. Þeytið þar til það er slétt og engir molar af rjómaosti eru eftir. Hrærið kjúklingi, búgarðsdressingu, gráðosti og Worcestershire saman við þar til það er sameinað (sýnilegir bitar af gráðosti eru í lagi).
2 Flyttu ídýfu yfir í grunnt 3-lítra bökunarform og bakaðu í 10 mínútur. Takið fatið úr ofninum, hrærið og stráið cheddar yfir. Settu fatið aftur í ofninn og haltu áfram að baka þar til cheddarinn er bráðinn og ídýfan er að freyða í kringum brúnirnar, um það bil 10 mínútur. Stráið lauknum yfir og berið fram.

57. Kjúklingalifrarpaté

Fyrir 8 til 10 (gerir um 2 bolla) | Virkur tími 30 mínútur
Heildartími 30 mínútur, auk 6½ klst kæling og standandi
8 matskeiðar ósaltað smjör
3 stórir skalottlaukar, skornir í sneiðar
1 msk hakkað ferskt timjan
¼ tsk matarsalt
1 pund kjúklingalifur, skoluð, þurrkuð og snyrt
¾ bolli þurrt vermút
2 tsk brandy

Forskot
Kælið paté, með plastfilmu þrýst á yfirborðið, í allt að 2 daga; látið mýkjast við stofuhita í 30 mínútur áður en það er borið fram.

Marklína
Fyrir fágaða framsetningu, flyttu paté yfir í litlar ramekin eða eina stærri ramekin.

Fullkomið par
Berið fram sem hluta af charcuterie eða ostadisk með súrum gúrkum (sjá þessa síðu), Prosciutto-vafðar fíkjur með Gorgonzola (þessi síða), bökuðum geitaosti (þessi síðu) og/eða albóndigas (sjá þessa síðu).

AF HVERJU ÞESSI UPPSKRIFT GIKKAR Gott kjúklingalifrarpaté hefur mjúkt, mjúkt bragð og flauelsmjúka áferð sem virðist bráðna á tungunni, en slæmar útfærslur eru alltof algengar. Uppskriftin okkar sniðgengir allar hugsanlegar gildrur og leiðir til paté sem er smjörkennt, ríkulegt og mjög auðvelt að gera. Að steikja lifrurnar til að þróa bragðið og steypa þær síðan varlega í vermút tryggir raka paté. Dapur af brennivíni sameinar bragðið. Það er mikilvægt að elda lifrurnar þar til þær eru aðeins rósóttar í miðjunni til að forðast krítarbragðið sem kemur fram við ofeldun. Með því að þrýsta plastfilmu á yfirborð patésins er hægt að lágmarka mislitun vegna oxunar.

1 Bræðið smjör í 12 tommu pönnu við meðalháan hita. Bætið skalottlauk, timjan og salti út í og eldið þar til skalottlaukur er létt brúnaður, um það bil 5 mínútur. Bætið kjúklingalifur út í og eldið, hrærið stöðugt í, um 1 mínútu. Bætið vermút út í og látið malla þar til lifur eru soðin en eru enn með bjarta innréttingu, 4 til 6 mínútur.

2 Notaðu skál til að flytja lifur og skalottlauk í matvinnsluvél og skilið eftir vökva í pönnu. Haltu áfram að malla vökvann við miðlungsháan hita þar til það er örlítið sírópandi, um það bil 2 mínútur, bættu síðan við örgjörva.

3 Bætið koníaki í örgjörva og vinnið blönduna þar til hún er mjög slétt, um það bil 2 mínútur, hættið við að skafa niður hliðar skálarinnar eftir þörfum. Kryddið með salti og pipar eftir smekk, færið síðan yfir í skál og sléttan topp. Þrýstið plastfilmu gegn yfirborði patésins og geymið í kæli þar til það er stíft, að minnsta kosti 6 klst. Látið mýkjast við stofuhita í 30 mínútur áður en það er borið fram.

58. Reykt silungspaté

Fyrir 6 (gerir um það bil 1½ bolla) | Virkur tími 10 mínútur
Heildartími 10 mínútur
⅓ bolli sýrður rjómi
2 aura rjómaostur, mildaður
2 tsk ferskur sítrónusafi
8 aura reyktur silungur, roð fjarlægð, brotinn í 1 tommu bita
3 matskeiðar saxaður ferskur graslaukur
Forskot
Kælið paté, með plastfilmu þrýst á yfirborðið, í allt að 3 daga; Kryddið paté með viðbótar sítrónusafa, salti og pipar eftir smekk áður en það er borið fram.
Marklína
Dreifið paté á sneiðar gúrkur eða rauða papriku eða berið fram með frækökum eða beygluflögum.
Fullkomið par
Berið fram með gráðostati með valhnetum og hunangi (þessi síða), Fava-bauna- og radishalati (þessi síða), Latkes (þessi síða) eða Blini (þessi síða).
AFHVERJU ÞESSI UPPSKRIFT VIRKAR Þessi rjómalöguðu, fallega paté lætur bragðið af reyktum silungi skína. Með því að nota rétt nóg af rjómaosti og sýrðum rjóma til að búa til ljúffengan grunn fyrir 8 únsur af reyktum silungi gerir reyktur, flagnandi, bragðmikill fiskurinn miðpunktinn. Matvinnsluvél gerir það fljótt að breyta hráefnunum í slétta blöndu; við púlsum hráefnið þar til það er fínt saxað en samt heldur smá áferðarbreytingu. Ferskur graslaukur gefur meira bragð og lit og sítrónusafi stuðlar að birtu. Til að mýkja rjómaostinn fljótt skaltu hita hann í örbylgjuofn í 20 til 30 sekúndur.
Vinnið sýrðan rjóma, rjómaost og sítrónusafa í matvinnsluvél þar til það er slétt, um það bil 30 sekúndur, skafið niður hliðar skálarinnar eftir þörfum. Bætið urriða og pulsu saman við þar til hann er fínt saxaður og innbyggður, um 6 pulsur. Flyttu paté yfir í skál, blandaðu graslauk út í og kryddaðu með salti og pipar eftir smekk. Berið fram.

59. Auðvelt sveppapaté

Fyrir 8 (gerir um 2 bolla) | Virkur tími 40 mínútur
Heildartími 40 mínútur, auk 2½ klst kæling og standandi
1 únsa þurrkaðir sveppir, skolaðir
1 pund hvítir sveppir, snyrtir og helmingaðir
3 matskeiðar ósaltað smjör
2 stórir skalottlaukar, saxaðir
¾ teskeið borðsalt
3 hvítlauksrif, söxuð
1½ tsk hakkað ferskt timjan
2 aura rjómaostur, mildaður
2 matskeiðar þungur rjómi
1 matskeið söxuð fersk steinselja
1½ tsk sítrónusafi
Forskot
Kælið paté, með plastfilmu þrýst á yfirborðið, í allt að 3 daga; Kryddið með salti og pipar eftir smekk og látið mýkjast við stofuhita áður en það er borið fram.
Fullkomið par
Berið fram sem hluta af grænmetisáleggi með kryddjurtasalati (þessi síða) eða soðnum tempeh með tómatsultu (þessi síða).
AFHVERJU ÞESSI UPPSKRIFT VIRKAR Þetta grænmetisæta paté er ilmandi af hrífandi, jarðbundnu sveppabragði sem stangast á við algjöra auðveldan undirbúning. Við bætum hversdagslegum hvítum sveppum með þurrkuðum sveppum, sem eru ákaflega bragðbættir og fáanlegir allt árið um kring. Eftir að hafa endurvökvað þurrkað svínarí, geymum við smá af bragðmikla bleytivökvanum til að bæta aftur í patéið eftir að hafa unnið það, læsum sveppabragði vökvans inni og þynnum patéið í það sem við viljum. Við vinnum sveppina áður en þeir eru eldaðir og látum þá vera örlítið þykka frekar en að stefna að alveg sléttri áferð. Rjómaostur og nokkrar matskeiðar af þungum rjóma veita rjóma, en steiktur skalottlaukur, hvítlaukur og timjan gefa djúpt bragð. Sítrónusafi og steinselja vega upp á móti jarðbragðinu með smá birtu. Til að mýkja rjómaost fljótt,
1 Örbylgjuofn 1 bolli af vatni og sveppum í lokuðu skálinni þar til það er gufusoðið, um 1 mínútu. Látið sitja þar til það er mýkt, um 5

mínútur. Tæmdu svínaríið í fínmöskju sigti klæddri kaffisíu yfir skálina. Geymdu ⅓ bolli vökva. Púlsaðu sveppi og hvíta sveppi í matvinnsluvél þar til þeir eru fínt saxaðir og allir bitarnir eru bautastærðir eða minni, um það bil 10 pulsur, skafa niður hliðar skálarinnar eftir þörfum.

2 Bræðið smjör í 12 tommu pönnu við miðlungshita. Bætið skalottlaukum og salti út í og eldið þar til skalottlaukur eru mjúkir, 3 til 5 mínútur. Hrærið hvítlauk og timjan út í og eldið þar til það er ilmandi, 30 sekúndur. Hrærið sveppum saman við og eldið, hrærið af og til, þar til vökvi sem losnar úr sveppum gufar upp og sveppir byrja að brúnast, 10 til 12 mínútur.

3 Hrærið fráteknum porcini vökva út í og eldið þar til það er næstum gufað upp, um 1 mínútu. Af hita, hrærið rjómaosti, rjóma, steinselju og sítrónusafa saman við og kryddið með salti og pipar eftir smekk. Flyttu yfir í framreiðsluskál og sléttu toppinn. Þrýstið plastfilmu vel að yfirborði patésins og geymið í kæli þar til það er stíft, að minnsta kosti 2 klst. Látið paté mýkjast við stofuhita í 30 mínútur áður en það er borið fram.

OSTUR OG EGG

60. <u>**Frico Friabile**</u>

Fyrir 10 til 12 (gerir 8 stórar oblátur) | Virkur tími 55 mínútur
Heildartími 55 mínútur
1 pund Montasio eða þroskaður Asiago ostur, rifinn (4 bollar)
Forskot
Geymið frico í loftþéttum umbúðum við stofuhita í allt að 1 dag.
Marklína
Brjótið frico í tvennt eða fernt áður en það er borið fram.
Fullkomið par
Berið fram frico með marineruðum ólífum (sjá þessa síðu) eða bleikum súrsuðum rófum (þessi síða). Bættu við hollari réttum eins og spíraluðum sætum kartöflum með stökkum skallottum, pistasíuhnetum og Urfa (þessi síða). Frico er líka góður brauðteini í stíl, mulið ofan í salöt eins og rakað kúrbítsalat með pepitas (þessi síða).
AF HVERJU ÞESSI UPPSKRIFT VIRKAR Frico friabile er undur sem innihalda eitt innihaldsefni og yndislegur antipasto-sérstaklega ásamt kældu glasi af víni. Ekkert annað en rifinn ostur sem er bráðinn og síðan brúnaður til að búa til létta, loftgóða, stökka og glæsilega stóra oblátu, þetta einfalda snarl undirstrikar ákafan keim Montasio ostsins. Sumar uppskriftir elda ostinn í smjöri eða ólífuolíu, en með því að nota 10 tommu nonstick pönnu útilokar þörfina fyrir fitu. Til að snúa hringnum við án þess að hún rifni eða teygist, tökum við pönnuna af hitanum í nokkrar sekúndur til að kólna; Með því að leyfa ostaskífunni nokkra stund að setja upp er auðvelt að snúa henni við. Að elda ostinn við háan hita veldur því að hann brúnast of hratt og verður bitur, en við lágan hita tekur hann of langan tíma og þornar þannig að meðalhár hiti er bestur. Montasio ostur er þess virði að fylgjast með; ef þú finnur það ekki skaltu skipta út aldrinum Asiago.
Stráið ½ bolla osti yfir botninn á 10 tommu nonstick pönnu. Eldið við meðalháan hita, hristið pönnu af og til til að tryggja jafna dreifingu ostsins yfir botninn á pönnunni, þar til brúnirnar eru blúndar og ristaðar, um það bil 4 mínútur. Þegar ostur byrjar að bráðna skaltu nota spaða til að snyrta ystu brúnir ostsins og koma í veg fyrir að þeir brenni. Takið pönnuna af hitanum og leyfið ostinum að stífna, um það bil 30 sekúndur. Notaðu gaffal og spaða, snúðu ostaskífunni varlega yfir og settu pönnu aftur á meðalháan hita. Eldið þar til önnur hliðin er gullinbrún, um það bil 2 mínútur. Renndu ostaskífunni úr pönnu á disk. Endurtaktu með ostinum sem eftir er. Berið fram.

61. <u>Marineraður Manchego</u>

Þjónar 6 til 8 | Virkur tími 25 mínútur
Heildartími 35 mínútur, auk 24 klukkustunda marineringar
¾ bolli extra virgin ólífuolía, auk auka eftir þörfum
8 hvítlauksrif, möluð og afhýdd
6 (3 tommu) ræmur appelsínubörkur
8 greinar ferskt timjan
3 lárviðarlauf
½ tsk matarsalt
¼ tsk rauðar piparflögur
8 aura Manchego ostur, skorinn í grófa ¾ tommu teninga

Forskot

Marineraðu ostinn í allt að 1 viku áður en hann er borinn fram.

Marklína

Láttu ostinn ná stofuhita áður en hann er borinn fram til að tryggja að marineringsolían sé ekki skýjuð.

Fullkomið par

Berið fram ost með tómatsalati með kapers og steinselju (þessi síða) eða marineruðum kúrbít (þessi síða).

AF HVERJU ÞESSI UPPSKRIFT VIRKAR Að marinera Manchego er leið til að bæta meiri dýpt í þegar bragðmikinn ost. Það er frábært að bera fram sem lítinn disk og þú færð þann auka bónus að búa til olíu sem hægt er að nota í salatsósu eða til að steikja grænmeti. Til að gera það hitum við varlega hvítlauk, appelsínubörkur, timjan, lárviðarlauf og piparflögur í olíu. Hvítlaukurinn mýkist örlítið og fyllir olíuna með hnetusættu bragði. Þegar blandan hefur kólnað hellum við henni yfir Manchego svo osturinn geti marinerast í þessari djúpu bragðbættu olíu. Notaðu vandaða extra virgin ólífuolíu hér. Fjarlægðu ræmurnar af appelsínuberki með grænmetisskrjálsara. Þú getur borið marineringsolíuna fram með brauði til að dýfa í.

1 Blandið saman olíu, hvítlauk, appelsínubörk, timjangreinum, lárviðarlaufum, salti og piparflögum í litlum potti og eldið við miðlungs lágan hita þar til hvítlaukurinn byrjar að verða gullinn, um það bil 10 mínútur. Setjið til hliðar og látið kólna alveg.

2 Settu Manchego í 16 aura krukku með þéttloku loki. Notaðu töng eða gaffal til að flytja hvítlauk, appelsínubörkur, timjangreinar og

lárviðarlauf í krukku með Manchego. Hellið olíublöndunni yfir Manchego, þrýstið niður osti eftir þörfum til að sökkva honum í kaf. Ef þörf krefur, bætið við auka olíu til að hylja ostinn. Lokið krukkunni með loki og setjið í kæli í að minnsta kosti 24 klukkustundir. Látið ná stofuhita áður en það er borið fram.

djöfuleg egg

Þessi klassíska brunch og lautarferð gerir dásamlega lítinn bita. Fullkomlega soðin eggjahvítuhreiður vögga rjómafyllingu, búin til með einföldu hráefni sem er fljótt þeytt saman. Við byrjum á harðsoðnum eggjum og bætum svo við fyllingu úr maukuðum eggjarauðum, majónesi, kryddjurtum og kryddi. Fyrir sum egg bætum við líka fínsöxuðu beikoni í fyllinguna. Í öðrum leyfum við reyktum silungi eða laxi að tala.

62. <u>Auðvelt afhýða harðsoðin egg</u>

Gerir 6 egg

6 stór egg

1 Látið 1 tommu vatn sjóða í miðlungs potti við háan hita. Setjið egg í gufukörfu í einu lagi. Flyttu körfuna yfir í pott. Lokið, lækkið hitann í miðlungs lágt og eldið egg í 13 mínútur.
2 Þegar eggin eru næstum búin að elda skaltu sameina 2 bolla ísmola og 2 bolla kalt vatn í meðalstórri skál. Notaðu töng eða skeið til að flytja egg í ísbað; látið kólna í 15 mínútur.

63. Djöfuleg egg úr reyktum silungi

Þjónar 10 til 12
Virkur tími 15 mínútur
Heildartími 15 mínútur
6 harðsoðin egg, helminguð, eggjarauður aðskildar (þessi síða)
2½ aura reyktur silungur, roð fjarlægt, skipt (2 aura fínt hakkað, ½ aura flögur)
3 matskeiðar jógúrt
1 msk kapers, skoluð og saxuð fínt
1 msk saxaður ferskur graslaukur, skipt niður
2 tsk majónesi
1½ tsk sítrónusafi
¾ tsk heilkorns sinnep
¼ tsk malað túrmerik

1 Maukið eggjarauður með gaffli þar til engir stórir kekkir eru eftir. Hrærið söxuðum silungi, jógúrt, kapers, 2 tsk graslauk, majónesi, sítrónusafa, sinnepi og túrmerik saman við, maukið blönduna við hlið skálarinnar þar til hún er vel innifalin.

2 Flyttu eggjarauðublöndunni í lítinn, þungan plastpoka. Þrýstu blöndunni í eitt hornið og snúðu toppnum á pokanum. Notaðu skæri og klipptu ½ tommu af fylltu horninu. Kreistu poka, dreifðu eggjarauðublöndunni jafnt á milli eggjahvítuhelminga, fylltu fyllinguna fyrir ofan flatt yfirborð hvítu. Toppið hvert egg með bita af flöguðum silungi og stráið 1 tsk graslauk yfir. Berið fram strax.

Afbrigði

Reykt lax djöflaegg

Skiptu út reyktan lax fyrir silung og saxað ferskt dill fyrir graslauk.

64. <u>Sojamarineruð egg</u>

Fyrir 8 til 12 (gerir 8 egg) | Virkur tími 20 mínútur
Heildartími 30 mínútur, auk 3 klukkustunda marineringar
1 bolli sojasósa
¼ bolli mirin
2 laukar, þunnar sneiðar
2 matskeiðar rifið ferskt engifer
2 matskeiðar sykur
2 hvítlauksrif, söxuð
8 stór egg

Forskot

Kældu egg, fjarlægð úr marineringunni, í allt að 2 daga. Marineringarafganga má endurnýta til að marinera allt að þrjár lotur af eggjum; það má geyma í kæli í allt að 1 viku eða frysta í allt að 1 mánuð.

Fullkomið par

Til að þjóna fleirum skaltu skera egg í tvennt. Berið fram með hlaðnum sætum kartöflubátum með Tempeh (þessi síða), bruschetta (sjá þessa síðu) eða Sung Choy Bao (þessi síða).

AF HVERJU ÞESSI UPPSKRIFT VIRKAR Þessi mjúku soðnu og marineruðu egg eru ljúffengur smábiti, snarl eða jafnvel bragðgóður viðbót í nestisboxið. Fyrir fullkomlega krydduð egg full af flóknu, bragðmiklu bragði, marinerum við þau í 3 til 4 klukkustundir í blöndu af sojasósu, mirin, hvítlauk, engifer og lauk. Smá sykur hjálpar til við að koma saltu sojasósunni í jafnvægi og að bæta vatni við kröftuga marineringuna tryggir að eggin verði ekki of sölt.

1 Blandið sojasósu, mirin, lauk, engifer, sykri og hvítlauk saman í litlum potti og látið malla við meðalháan hita. Takið af hitanum og hrærið 1 bolli af köldu vatni út í; setja til hliðar.

2 Látið 3 lítra vatn sjóða í stórum potti við háan hita. Fylltu stóra skál hálfa leið með ís og vatni.

3 Notaðu köngulóarskinn eða skeið, láttu egg varlega niður í sjóðandi vatn og eldaðu í 7 mínútur. Færið egg í ísbað og látið kólna í 5 mínútur.

4 Bankaðu eggjum varlega á borðið til að sprunga skeljar. Byrjaðu að afhýða skurnina á breiðari enda eggsins, passaðu að brjóta himnuna á milli skeljar og eggjahvítu. Vinnið undir varlega rennandi vatni, fletjið himnur og skeljar varlega af eggjum.

5 Blandið sojasósublöndunni og eggjunum saman í stóran renniláspoka og setjið pokann í meðalstóra skál. Þrýstu eins miklu lofti og hægt er úr pokanum svo eggin séu að fullu á kafi í marineringunni, lokaðu síðan pokanum. Geymið í kæli í að minnsta kosti 3 klukkustundir eða allt að 4 klukkustundir (lengur og egg geta orðið of sölt). Fjarlægðu egg úr marineringunni með því að nota skeið. Berið fram.

65. Rófasýrð egg

Fyrir 12 til 16 (gerir 1 tug eggja) | Virkur tími 30 mínútur
Heildartími 30 mínútur, auk 3 daga súrsun
2 bollar eimað hvítt edik
1⅓ bollar sykur
1 bolli vatn
½ laukur, helmingaður og þunnur sneið
3¾ teskeiðar kosher salt
8 heilir negull
12 stór egg
1 rófa, afhýdd og skorin í 1 tommu bita

Forskot
Gerðu þessi egg að minnsta kosti 3 dögum áður en þau eru borin fram. Geymið súrsuð egg í kæli í allt að 4 daga lengur, en athugaðu að þeim verður að farga 7 dögum eftir að þau eru búin til.

Marklína
Skerið súrsuð egg í helminga eða fjórðunga til að fá ljúffengari hluta.

Fullkomið par
Berið fram egg með kryddjurtasalati (þessi síða), gulrótarsalati að marokkóskum stíl með Harissa og feta (þessi síða), eða epla-fennel-rómoulade (þessi síða).

AF HVERJU ÞESSI UPPSKRIFT VIRKAR Áberandi og tilbúið, þessi egg eru fullkomin í páskabrunch eða hvenær sem þú vilt lit á borðið þitt. Krydduð með negul og lauk, þessi fuchsia lituðu egg eru líka full af bragði. Við hristum harðsoðin egg varlega fram og til baka á pönnu þeirra til að sprunga skeljarnar. Svo stökkum við léttsprungnum eggjum í ísvatni sem seytlar undir skeljarnar og auðveldar þeim að afhýða þær. Til að bletta súrsuðu eggin okkar líflega fjólubláa, pökkum við þeim með bita af rófu, sem leka litinn út í saltvatnið. Látið saltvatnið kólna alveg áður en eggjunum er bætt út í. Himna eggjahvítunnar harðnar þegar hún er súrsuð, svo vertu viss um að afhýða hana alveg áður en hún er súrsuð. Til að hjálpa eggjum að vera alveg á kafi skaltu setja poka af saltvatni ofan á hring af smjörpappír til að þyngja þau.

1 Hitið edik, sykur, vatn, lauk, salt og negul að sjóða í litlum potti við miðlungsháan hita; fjarlægðu af hitanum.

2 Klippið út smjörpappír hringlaga til að passa við þvermál ½ lítra krukku með breiðmynni. Mældu 1 bolla saltvatn (án lauks); setja til hliðar. Notaðu trekt og sleif, helltu afganginum af saltvatni með lauk í krukku; látið kólna í 1 klst.

3 Á meðan, setjið egg í stóran pott, hyljið með 1 tommu vatni og látið suðuna koma upp. Takið pönnuna af hitanum, lokið á og látið standa í 10 mínútur. Fylltu stóra skál með ísvatni. Hellið heitu vatni af pottinum og hristið pönnuna varlega fram og til baka til að sprunga skeljar. Færið egg í ísvatn með skeið, látið kólna í 5 mínútur og afhýðið síðan.

4 Bætið skrældum eggjum og rófum varlega í krukku og dreift rófubitum jafnt um krukku. Þrýstið pergamentinu hringlaga að yfirborði saltvatns.

5 Fylltu 1-quart renniláspoka með 1 bolla fráteknum saltvatni, kreistu út loft og lokaðu vel. Settu poka af saltvatni ofan á smjörpappír og þrýstu varlega niður til að sökkva eggjum í kaf. Lokið krukkunni með loki og setjið í kæli í 3 daga áður en hún er borin fram.

66. Cheddar ostastokkur með graslauk

Þjónar 10 til 12 | Virkur tími 15 mínútur
Heildartími 15 mínútur, auk 2½ til 3 klukkustunda í kælingu og hvíld
6 aura sérstaklega skarpur gulur cheddar ostur, rifinn (1½ bolli)
6 aura rjómaostur
¼ bolli majónesi
1 matskeið tilbúin piparrót, tæmd
2 tsk Worcestershire sósa
1 lítill hvítlauksgeiri, saxaður
½ tsk pipar
½ bolli saxaður ferskur graslaukur

Forskot
Geymið óhúðaðan ostastokk, vafinn þétt inn í plastfilmu, í kæli í allt að 2 daga.

Marklína
Látið húðaðan timbur í stofuhita áður en hann er borinn fram á viðarostaborði með sneiðum af baguette eða mildum kex.

Fullkomið par
Fljótleg súrum gúrkum (sjá þessa síðu) er bragðgóður meðlæti. Gobi Manchurian (þessi síða) eða Southern Corn Fritters (þessi síða) eru meira fyllandi pörun.

AF HVERJU ÞESSI UPPSKRIFT VIRKAR Að kaupa ost til að bera fram er fljótleg og auðveld leið til að fara. En ef þú hefur tíma til vara skaltu búa til þennan áhrifamikla en ljúffenga auðvelda og bragðmikla, deila bita fyrirfram. Fyrir ostabubba sem er nógu stífur til að halda lögun sinni en nógu mjúkur til að draga kex auðveldlega í gegn við stofuhita, notum við einfalda blöndu af hálfum cheddarosti og hálfum rjómaosti og smá rjómamajónesi. Til að bragðbæta cheddar-undirstaða stokkinn okkar, hrærum við smá piparrót, smá Worcestershire sósu og söxuðum hvítlauk út í. Auðvelt er að móta ostablönduna okkar í plastfilmu og eftir frystiferð stinnast hún nægilega vel til að auðvelt sé að rúlla henni í saxað graslauk. Svo má pakka ostastokknum vel inn í plastfilmu og geyma í kæli í allt að tvo daga. Fyrir bragðafbrigði notum við eins víðtækt hráefni og tortilluflögur og beikon.

1 Vinnið cheddar, rjómaost, majónes, piparrót, Worcestershire, hvítlauk og pipar í matvinnsluvél þar til það er slétt, um það bil 1 mínútu, skafið niður hliðar skálarinnar eftir þörfum.

2 Leggðu 18 x 11 tommu plastfilmu á borðið með langhliðina samsíða brúninni. Flyttu ostablönduna í miðju plastsins og mótaðu í um það bil 9 tommu stokk með langhlið samsíða gagnbrúninni. Brjótið plastið yfir stokkinn og rúllið upp. Klípið plast í enda stokksins og rúllið stokknum á borðið til að mynda þéttan strokk. Leggið plastendana undir. Frystið þar til það er alveg stíft, 1½ til 2 klukkustundir.

3 Dreifið graslauk á stóran disk. Taktu upp ostastokkinn og rúllaðu í graslauk til að hjúpa hann jafnt. Færið yfir í framreiðslu fat og látið ná stofuhita, um 1 klst. Berið fram.

Afbrigði

Pimento ostabubbur með beikoni

Slepptu piparrót. Bætið 1 söxuðum skalottlauka og ¼ tsk cayenne pipar í matvinnsluvél með osti. Eftir vinnslu, bætið við ½ bolli af niðurskornum pimentos í krukku, þurrkuðum og pulsið til að sameina, um það bil 3 pulsur. Skiptu út 8 sneiðum fínsöxuðu soðnu beikoni fyrir graslauk.

Chile ostabubbur með tortilla flögum

Skiptu út Monterey Jack osti fyrir cheddar, 2 matskeiðar hakkað niðursoðinn chipotle chile í adobo sósu fyrir piparrót og lime safa fyrir Worcestershire sósu. Eftir vinnslu, bætið við ⅓ bolla af tæmdum niðursoðnum niðursoðnum grænum chiles og pulsu til að sameina, um það bil 3 belgjurtir. Skiptu út muldum blámaís tortilla flögum fyrir graslauk.

Gráðostabubbur með valhnetum og hunangi

Slepptu majónesi, piparrót, Worcestershire og hvítlauk. Skiptu út 1½ bolla mjúkum, mildum gráðosti fyrir cheddar. Aukið pipar í 1 teskeið. Skiptu út blöndu af ¼ bolla af valhnetum, ristuðum og fínsöxuðum og ¼ bolla af saxuðum döðlum og döðlum fyrir graslaukur. Dreifið osti með 2 msk hunangi áður en hann er borinn fram.

67. Geitaostur með heslihnetu-Nigella Dukkah

Þjónar 10 til 12 | Virkur tími 30 mínútur
Heildartími 40 mínútur, auk 2½ klst kæling og hvíld

Ostur

6 aura geitaostur
6 aura rjómaostur
1 lítill hvítlauksgeiri, saxaður
½ tsk pipar

Dukkah

1 tsk fennelfræ, ristuð
1 tsk kóríanderfræ, ristuð
1½ msk hrá sólblómafræ, ristuð
1 msk sesamfræ, ristuð
1½ tsk nigella fræ
3 matskeiðar heslihnetur, ristaðar, afhýddar og saxaðar fínt
1½ tsk paprika
½ tsk flögu sjávarsalt
2 matskeiðar extra virgin ólífuolía

Forskot

Frystið óhúðaðan ostastokk í allt að 1 viku. Geymið húðaðan ostastokk, vafinn þétt inn í plastfilmu, í kæli í allt að 2 daga. Kælið dukkah í loftþéttum umbúðum í allt að 3 mánuði.

Marklína

Til að breyta bragði stokksins skaltu prófa að blanda fínsöxuðum döðlum eða þurrkuðum fíkjum í ostablönduna áður en þú rúllar í stokk, eða skipta út Pistachio Dukkah (þessi síða) fyrir heslihnetu-nigella dukkah.

Fullkomið par

Berið fram, ásamt ristuðum gulrótum og skalottlaukum með Chermoula (þessi síða) eða Pressure-Cooker Winter Squash með Halloumi og rósakál (þessi síða).

AF HVERJU ÞESSI UPPSKRIFT VIRKAR Að strá krydd-, jurta- og fræblöndu á fat bætir björtu bragði og aðlaðandi marr. Hér notum við dukkah til að bragðbæta geitaostinn okkar, sem er auðvelt snarl til að draga fram þegar óvæntir gestir koma við. Gerð með hnetum og kryddi eins og aníslíkum fennelfræjum, kókoskóríanderfræjum og stökkum laukkenndum nigellafræjum, og kryddið gefur geitaostabókinni okkar stemningu. Smurt á kex, það kemur með flókið bragð í góm gesta þinna.

1 Fyrir ostinn Vinnið allt hráefnið í matvinnsluvél þar til það er slétt, um það bil 1 mínútu, skafið niður hliðar skálarinnar eftir þörfum.

2 Settu 18 x 11 tommu plastfilmu á borðið með langhliðina samsíða brúninni. Færið ostablönduna yfir á miðju plastsins og mótið í stokk með langhliðina samsíða brúninni (bolurinn ætti að vera um 9 tommur langur). Brjótið plastið yfir stokkinn og rúllið upp. Klípið plast í enda stokksins og rúllið á borðið til að mynda þéttan strokk. Setjið plastendana undir bjálkann og frystið þar til þær eru alveg stífar, 1½ til 2 klukkustundir.

3 Fyrir dukkahinn Myljið fennelfræ og kóríanderfræ í kryddkvörn þar til þau eru fínmöluð, um það bil 30 sekúndur. Bætið við sólblómafræjum, sesamfræjum og nigellafræjum og pulsið þar til það er grófmalað, um 4 pulsur; flytja í litla skál. Hrærið heslihnetum, papriku og salti saman við.

4 Taktu upp ostastokkinn og láttu standa þar til að utan er örlítið klístraður að snerta, um það bil 10 mínútur. Dreifðu dukkah í jafnt lag á stóran disk og rúllaðu ostastúku í dukkah til að hjúpa jafnt, þrýstu varlega til að festast. Færið yfir á disk og látið standa við stofuhita þar til það er mjúkt, um það bil 1 klukkustund. Hellið olíu yfir og berið fram.

68. Bakaður geitaostur

Þjónar 8 til 10 | Virkur tími 1 klst
Heildartími 1 klst
3 matskeiðar extra virgin ólífuolía, auk auka til að drekka
1 laukur, fínt saxaður
¾ teskeið borðsalt
3 hvítlauksgeirar, þunnar sneiðar
2 tsk reykt paprika
1 tsk malað kúmen
¼ tsk rauðar piparflögur
¼ tsk pipar
1 (28 aura) dós muldir tómatar
1 (8 til 10 aura) geitaostur, mildaður
2 matskeiðar gróft saxað ferskt kóríander
1 tsk rifinn sítrónubörkur

Forskot

Geymið sósu í loftþéttu íláti í allt að 3 daga og geitaostadisk, pakkað þétt inn í plastfilmu, í allt að 1 dag. Til að klára réttinn skaltu auka steikingartímann í 12 til 15 mínútur.

Fullkomið par

Berið fram með vatnsmelónusalati (þessi síða) eða Cóctel de Camarón (þessi síða).

AFHVERJU ÞESSI UPPSKRIFT VIRKAR Það er eitt sem þú getur treyst á í hátíðarkokkteilboðum: litlir diskar með bræddum osti. Settu fram fat af ostaríkri buffalódýfu, skál af queso fundido eða hjól af bökuðu Brie, og gestir þínir hópast í kringum það, skeiðar mjúkum, volgum bitum á franskar eða brauð, stingir kóngulóarvefsþráðum af osti inn í munninn, brosandi og kinka kolli af þakklæti þegar þeir fara. Þessi hlýi geitaostur sem er steiktur í eldfast mót með mildri sterkri tómatsósu sameinar bragðmikinn ost með reyktri, sætri sósu. Geitaostastokkar koma í mismunandi stærðum. Hvaða stærð sem er frá 8 til 10 aura mun virka í þessari uppskrift. Ef þú finnur aðeins litla stokka af geitaosti (um 4 aura) geturðu þrýst tveimur minni stokkum saman.

1 Hitið olíu í meðalstórum potti við meðalhita þar til hún ljómar. Bætið lauk og salti út í og eldið, hrærið af og til, þar til hann er gullinbrúnn, um það bil 10 mínútur. Bætið hvítlauk, papriku, kúmeni, piparflögum og pipar út í og eldið þar til ilmandi, um 1 mínútu. Bætið tómötum út í og látið suðuna koma upp. Lækkið hitann í miðlungs lágan og látið malla í 15 mínútur. Kryddið með salti eftir smekk.

2 Stilltu ofngrindina 6 tommu frá kálfaeiningunni og hita kálinu. Setjið geitaost á milli 2 blöð af plastfilmu. Fletjið geitaost út í 1 tommu þykka disk, 3 til 4 tommu í þvermál, leggið hendurnar utan um diskinn eftir þörfum til að mynda þétt lögun.

3 Flyttu tómatsósu yfir í grunnan 2-litra broiler-öruggan fat. Setjið geitaost í miðjuna. Steikið þar til geitaostur er vel brúnaður, um það bil 10 mínútur. Stráið kóríander og sítrónuberki yfir sósuna og dreypið aukaolíu yfir. Berið fram.

69. <u>Bakað Brie með hunangsuðum apríkósum</u>

Þjónar 8 til 10 | Virkur tími 25 mínútur
Heildartími 25 mínútur
¼ bolli saxaðar þurrkaðar apríkósur
¼ bolli hunang, skipt
1 tsk hakkað ferskt rósmarín
¼ tsk matarsalt
¼ tsk pipar
2 (8 aura) hjól fastur Brie ostur, börkur fjarlægður, ostur skorinn í 1 tommu bita
1 msk saxaður ferskur graslaukur
Fullkomið par
Tómatsalat (þessi síða) eða steiktu spergilkál með rjúkandi sólblómafræjaálegg (þessi síða) er frábært ferskt mótvægi.
AFHVERJU ÞESSI UPPSKRIFT VIRKAR Þegar Brie er hituð verður hann ríkur og klístur, og þegar hann er paraður við sæta ávexti eða sultu kemur fram bragðmiklar tónar hans. Til að fá sætt og rjómabragð í þessum litla bita endursmíðum við hefðbundið heila hjólið af bökuðu Brie með því að klippa börkinn af (sem bráðnar ekki svo vel) og skera ostinn í teninga. Þetta gerir hunangs-apríkósublöndunni okkar jafnt dreift um þessa afbyggðu útgáfu af réttinum, ekki bara skeið ofan á. Við bökum ostinn á pönnu úr steypujárni; þar sem steypujárn heldur sér svo vel á hita heldur það ostinum í fullkomnu ljúffengu, fljótandi ástandi til að bera fram líka. Auka skvetta af hunangi og smá graslauk í lokin styrkja sætt-bragðmikið bragðið. Vertu viss um að nota fastan, frekar óþroskaðan Brie fyrir þessa uppskrift.
1 Stillið ofngrind í miðstöðu og hitið ofninn í 400 gráður. Örbylgjuofn apríkósur, 2 matskeiðar hunang, rósmarín, salt og pipar í miðlungs skál þar til apríkósur eru mjúkar og blandan er ilmandi, um 1 mínútu, hrært í hálfa örbylgjuofn. Bætið Brie út í og blandið saman.
2 Flyttu blönduna yfir í 10 tommu steypujárnspönnu og bakaðu þar til osturinn er bráðinn, 10 til 15 mínútur. Dreifið 2 msk hunangi sem eftir eru yfir og stráið graslauk yfir. Berið fram strax.

70. <u>Saganaki</u>

Þjónar 6 til 8 | Virkur tími 15 mínútur
Heildartími 15 mínútur
2 matskeiðar maísmjöl
1 matskeið alhliða hveiti
1 (8 aura) blokk halloumi ostur, sneið í ½ tommu þykkar plötur
2 matskeiðar extra virgin ólífuolía
Sítrónubátar
Marklína
Saganaki er dásamlegt hunangi.
Fullkomið par
Berið fram með hýðishrísgrjónasalati með fennel, sveppum og valhnetum (þessi síða), ristuðum kjúklingabaunum (sjá þessa síðu), eða pönnusteiktar rækjur með pistasíuhnetum, kúmeni og steinselju (þessi síða).

AF HVERJU ÞESSI UPPSKRIFT ÞEGAR ÞESSI Uppskrift Grísk saganaki er nefnd eftir litlu steikarpönnunni sem venjulega er notuð til að útbúa þennan rétt. Gríska saganaki er búið til með því að steikja hellur af stífum osti þar til þær fá stökkt, gullbrúnt ytra byrði og ánægjulega heitt, seigt að innan; dásamlegur réttur til að gera eftir að gestir eru komnir. Valinn ostur er oft halloumi, saltlagður ostur sem er upphaflega frá Kýpur en nú vinsæll um austanvert Miðjarðarhaf. Halloumi er búið til úr kúa-, kinda- eða geitamjólk (eða samsetningu) og hefur teygjanlegt eiginleika svipað og mozzarella, en það er stinnara. Það hefur milt en venjulega frekar salt bragð, og þú munt oft finna það pakkað í saltvatn og selt í blokkum. Vegna þess hvernig það er búið til hefur halloumi mjög sterkt próteinkerfi — sem þýðir að þegar það er hitað mýkist það en bráðnar ekki. Til að ná klassískum skörpum, gullið að utan, stráið halloumi með blöndu af hveiti og maísmjöli áður en það er steikt á pönnu. Kreista af sítrónusafa býður upp á bjarta, bragðmikla áferð.

1 Blandið saman maísmjöli og hveiti í grunnt fat. Vinna með eitt stykki af osti í einu, húðaðu báðar breiðar hliðar með maísmjölblöndu, þrýstu til að hjálpa húðinni að festast; flytja á disk.

2 Hitið olíu í 12 tommu nonstick pönnu yfir miðlungshita þar til hún ljómar. Raðið halloumi í einu lagi á pönnu og eldið þar til gullinbrúnt á báðum hliðum, 2 til 4 mínútur á hvorri hlið. Færið yfir á fat og berið fram með sítrónubátum.

Afbrigði

Saganaki með hvítlauks-steinseljusósu

Eftir steikingu halloumi, fargið olíu sem eftir er á pönnu og þurrkið af pönnu með pappírshandklæði. Bætið 2 msk ólífuolíu í tóma pönnu og hitið við meðalhita þar til hún ljómar. Bætið við 1 þunnt sneiðum hvítlauksrif, 2 msk saxaðri ferskri steinselju og ¼ tsk rauðum piparflögum og eldið þar til hvítlaukur er gullinbrúnn og ilmandi, um það bil 1 mínútu. Dreypið sósu yfir pönnusteikt halloumi og berið fram með sítrónubátum.

71. Eggerúlaði með spínati og Gruyére

Þjónar 8 til 10 | Virkur tími 15 mínútur
Heildartími 30 mínútur
12 stór egg
1 hvítlauksgeiri, saxaður til að líma
¼ tsk matarsalt
⅛ teskeið pipar
¼ bolli hálft og hálft
2 matskeiðar alhliða hveiti
8 aura frosið hakkað spínat, þíðað og kreist þurrt
4 aura Gruyére ostur, rifinn (1 bolli)
Marklína
Skerið rúlluna í jafnar sneiðar og leggið á stórt diska, stráð niður saxaðri steinselju eða graslauk.

Fullkomið par
Berið fram með rauðum piparmajónesi (þessi síða) og Cajun súrsuðu okra (þessi síða), fersku fíkjusalati (þessi síða), eða baguette með radísum, smjöri og kryddjurtum (þessi síða).

AFHVERJU ÞESSI UPPSKRIFT VIRKAR Eggjakaka eða rúllað soufflé-eggjakaka er létt og loftgóð og getur fóðrað marga í einu, sem gerir hana að kjörnum — og auðveldum — eggjarétti fyrir sunnudagsbrunch. Rúllaðu soðnu rúlöðunni í spíral á bökunarplötu með hjálp smjörpappír til að koma í veg fyrir að hún rifni. (Að fylgja leiðbeiningunum um að klæðast bökunarplötunni með bökunarpappír sem hangir á bakinu skiptir sköpum fyrir árangur þessa réttar.) Til að fjarlægja umfram vatn úr þíða spínatinu áður en því er bætt við eggin skaltu pakka því inn í hreint viskustykki eða ostaklút og kreista vel. .

1 Stillið ofngrind í miðstöðu og hitið ofninn í 375 gráður. Smyrjið bökunarplötu með jurtaolíuspreyi, klæðið síðan með yfirhangandi plötu af smjörpappír og smyrjið bökunarpappír með jurtaolíuúða.

2 Þeytið egg, hvítlauk, salt og pipar saman í stórri skál. Í annarri skál, þeytið hálft og hálft og hveiti saman við, þeytið síðan hægt út í eggjablönduna þar til það er einsleitt. Hellið eggjablöndunni varlega á tilbúna bökunarplötu og stráið spínati yfir. Bakið þar til eggin eru rétt stíf, um 9 mínútur, snúið ofnplötunni hálfa leið í bakstur.

3 Takið pönnuna úr ofninum og stráið Gruyére strax yfir. Notaðu smjörpappír og rúllaðu egginu yfir sig í þéttan strokk. Notaðu smjörpappír til að flytja rúlluna yfir á skurðbrettið. Skerið í sneiðar og berið fram.

72. Morgunverðarsmjörbollar

Fyrir 10 (gerir 10 smjörbollur) | Virkur tími 20 mínútur
Heildartími 50 mínútur
10 meðalstór egg
10 sneiðar matarmikið hvítt samlokubrauð, skorpurnar fjarlægðar
4 matskeiðar ósaltað smjör, brætt
10 þunnar sneiðar svissneskur eða cheddar ostur (um 5 aura)
5 þunnar sneiðar Svartskógarskinka (um 5 aura), helmingaðar þversum
Marklína
Ef þú vilt, skreytið hvern smjörbolla með nýstökkuðum svörtum pipar og/eða söxuðum graslauk.
Fullkomið par
Berið fram með tómötum og burrata salati með pangrattato og basilíku (þessi síða), hraðsuðupottaðar radísur og smábaunir (þessi síða), eða bökuð brie með hunangsuðum apríkósum (þessi síða).
AF hverju þessi uppskrift virkar Morgunverðarsmjörbollur gefa þér egg, kjöt og ristað brauð fyrir 10 manns í einu höggi og þú getur búið til hvenær sem er dags. Rétturinn er gerður með því að rúlla brauði þunnt og þrýsta því í muffinsform eða ramekins, klæða hvern muffinsbolla með skinku og osti, brjóta egg í miðjuna og baka þar til eggin eru rétt stíf og ristuðu brauðbollarnir eru gylltir. Þó að flestar uppskriftir okkar kalla á stór egg, þarf meðalstór egg hér til að passa í muffinsformin.
1 Stillið ofngrind í efri miðstöðu og hitið ofninn í 375 gráður. Setjið egg í stóra skál og hyljið með heitu kranavatni. Látið sitja í 10 mínútur.
2 Á meðan skaltu rúlla brauði eins þunnt og hægt er með kökukefli og þrýsta í 10 jaðarbolla af 12 bolla muffinsformi og skilja 2 miðjubolla eftir tóma. Pensliðið brauðbollana með bræddu smjöri og bakið þar til þeir eru ljósgulbrúnir, 5 til 7 mínútur.
3 Toppið hverja ostasneið með skinkusneið. Skerið frá miðju til 1 hliðar á hverjum stafla. Brjótið hvern skinku- og oststafla saman í keilu og þrýstið í ristað brauðbolla. Brjótið 1 egg í hvern bolla og kryddið með salti og pipar.
4 Setjið muffinsformið aftur í ofninn og bakið þar til eggjahvíturnar hafa varla stífnað og virðast enn vera örlítið rakar, 14 til 18 mínútur. Flyttu pönnu yfir á vírgrind og hyldu vel með álpappír. Látið sitja í 5 mínútur. Berið fram strax.

73. Spænska Tortilla

Þjónar 8 til 12 | Virkur tími 40 mínútur
Heildartími 50 mínútur
6 matskeiðar auk 1 tsk extra virgin ólífuolía, skipt
1½ pund Yukon Gold kartöflur, skrældar, skornar í fjórða og skornar í ⅛ tommu þykkar sneiðar
1 lítill laukur, helmingaður og þunnt sneiddur
1 tsk matarsalt, skipt
¼ tsk pipar
8 stór egg
½ bolli ristuð rauð paprika í krukku, skoluð, þurrkuð og skorin í ½ tommu bita
½ bolli frosnar baunir, þiðnar
1 uppskrift af Aioli (þessi síða)

Forskot
Kælið tortillu, vafinn vel inn í plastfilmu, í allt að 1 dag.

Marklína
Til að þjóna fleiri gestum eða umbreyta þessum kjarngóða bita í smá bita, skerið tortillu í litla ferninga; annars skaltu halda þig við hefðbundna fleyga.

Fullkomið par
Bættu svörtu ólífu tapenade (þessi síða), prosciutto-vafðar fíkjur með gorgonzola (þessi síða), eða cantaloupe salati með ólífum og rauðlauk (þessi síða) við álagið þitt.

AF hverju þessi uppskrift virkar Spænsk tortilla er gríðarlega aðlaðandi uppáhald á tapasbar, sem státar af bráðnandi mjúkum kartöflum í þéttri, rjómalagaðri eggjaköku. Það er líka mjög auðvelt að gera það heima. Hvítlaukur er oft innifalinn í eggjakökunni, en okkur líkar hugmyndin um að toppa tortilluna með hvítlaukkenndum aïoli í staðinn, en rjómaleikurinn passar fallega við kartöflurnar og eggin. Við aukum bragðið af tortillunni enn frekar með því að bæta við grænum ertum og ristuðum rauðum paprikum. Til að snúa tortillunni við rennum við henni á disk, setjum annan disk ofan á áður en henni er hvolft og rennum svo tortillu sem er snúið aftur í pönnuna - hugsanlega sóðalegt verkefni sem gert er pottþétt. Með því að láta tortilluna kólna á hreinu viskustykki tryggir það að hún verði ekki blaut og falli í sundur. Þú þarft 10 tommu nonstick pönnu með þéttu loki fyrir þessa uppskrift.

1 Kasta ¼ bolli af olíu, kartöflum, lauk, ½ tsk salti og pipar saman í stóra skál. Hitið 2 matskeiðar olíu í 10 tommu nonstick pönnu yfir miðlungs háum hita þar til ljómar. Bætið kartöflublöndunni á pönnu og lækkið hitann í miðlungs lágan. Lokið og eldið, hrærið á 5 mínútna fresti, þar til kartöflurnar eru mjúkar, um 25 mínútur.

2 Þeytið egg og ½ tsk salt sem eftir er saman í tómri skál og blandið síðan soðinni kartöflublöndu, rauðri papriku og ertum varlega saman við. Gakktu úr skugga um að skafa alla kartöflublönduna úr pönnunni.

3 Hitið afganginn af 1 tsk olíu á nú tómri pönnu yfir miðlungsháum hita þar til rétt er að reykja. Bætið kartöflu-eggjablöndunni út í og eldið, hristið pönnu og blandið blöndunni saman stöðugt í 15 sekúndur. Sléttu toppinn á blöndunni, minnkið hitann í miðlungs, lokið og eldið, hristið pönnu varlega á 30 sekúndna fresti, þar til botninn er gullinbrúnn og toppurinn er létt stinn, um það bil 2 mínútur.

4 Af hita, renndu hitaþolnum gúmmíspaða um brún pönnu og hristu pönnu varlega til að losa tortilla; það ætti að renna frjálslega í pönnu. Renndu tortillu á stóran disk, hvolfdu síðan á annan stóra diskinn og renndu aftur í pönnu með brúnni hliðinni upp. Stingdu brúnir tortillu í pönnu með gúmmíspaða. Haltu áfram að elda við meðalhita, hristu pönnu varlega á 30 sekúndna fresti, þar til önnur hliðin er gullinbrún, um það bil 2 mínútur. Renndu tortillu á hreint viskustykki og láttu kólna aðeins. Berið fram heitt eða við stofuhita með aioli.

74. Quesadillas fyrir mannfjöldann

Fyrir 8 til 10 (gerir 4 quesadillas) | Virkur tími 30 mínútur
Heildartími 30 mínútur
3 matskeiðar jurtaolía
8 aura provolone ostur, rifinn (2 bollar)
8 aura nýmjólkur mozzarella ostur, rifinn (2 bollar)
¼ bolli hakkað jalapeño chiles í krukku
4 (10 tommu) hveiti tortillur
Marklína
Berið quesadillas fram með sýrðum rjóma og skreytið með söxuðum kóríander.
Fullkomið par
Bæta við ananas salsa (sjá þessa síðu), Habanero og Mango Guacamole (þessi síða), eða Esquites (þessi síða) fyrir bragðmikið, mexíkóskt innblásið útbreiðslu.
AFHVERJU ÞESSI UPPSKRIFT VIRKAR Quesadillas eru frábært ostalegt snarl, gefið af tortillum. Til að búa til nóg af þessu góðgæti til að fæða stóran hóp fólks í einu lagi, viljum við baka þær í stað þess að elda þær á pönnu. Til að koma í veg fyrir að osturinn verði fljótandi og renni á ofnplötuna, bætum við honum aðeins við eftir að fyrri hlið hverrar tortillu hefur verið brúnuð. Þetta fyrirkomulag á bökunarplötunni er ekki tilviljunarkennt. Það er besta leiðin til að passa fjórar stórar quesadillas í einu. Fyrir þessar fullorðnu quesadillas bætum við jalapeños fyrir hitaeinkenni sem einnig dregur úr auðæfi ostsins. Það er mikilvægt að láta quesadillurnar kólna áður en þær eru skornar; beint úr ofninum er osturinn bráðinn og mun leka út.

1 Stillið ofngrind í miðstöðu og hitið ofninn í 450 gráður. Penslið bökunarplötu með olíu.
2 Blandið saman provolone, mozzarella og jalapeños í skál. Brjótið tortillurnar í tvennt. Raðið samanbrotnum tortillum í einu lagi á tilbúið blað með ávölum brúnum sem snúa að miðju blaðsins.
3 Bakið þar til tortilla toppar og brúnir byrja að verða brúnir, 5 til 7 mínútur. Fjarlægðu plötuna úr ofninum. Snúið tortillunum við. Notaðu töng, opnaðu hverja tortillu og fylltu hverja með jöfnu magni af ostablöndu (um það bil 1 bolli hver), skildu eftir 1 tommu ramma. Lokaðu tortillunum og þrýstu þétt með spaða til að þjappa.
4 Settu quesadillas aftur í ofninn og haltu áfram að baka þar til þær eru stökkar í kringum brúnirnar og gullinbrúnar á annarri hlið, 4 til 6 mínútur lengur. Taktu úr ofninum og þrýstu varlega á quesadillas með spaða til að tæma allar loftbólur. Færið yfir á vírgrind og látið kólna í 5 mínútur. Skerið hverja quesadilla í 8 báta og berið fram.

SALAT TIL AÐ DEILA

75. Tómatsalat

Þjónar 6
Virkur tími 10 mínútur
Heildartími 10 mínútur
Árangur þessa sumarlega salats fer eftir því að nota þroskaðir tómatar á árstíð.

1½ pund blandaðir þroskaðir tómatar, kjarnhreinsaðir og sneiðir ¼ tommu þykkir
3 matskeiðar extra virgin ólífuolía
1 matskeið saxaður skalottlaukur
1 tsk sítrónusafi
½ tsk matarsalt
¼ tsk pipar
2 msk furuhnetur, ristaðar
1 matskeið rifin fersk basilíkublöð eða saxaður ferskur graslaukur

Raðið tómötum á stórt fat. Þeytið olíu, skalottlaukur, sítrónusafa, salt og pipar saman í lítilli skál. Skeið dressingu yfir tómata. Stráið furuhnetum og basilíku yfir. Berið fram strax.

Afbrigði

Tómatsalat með kapers og steinselju

Slepptu furuhnetum. Bætið 1 matskeið af skoluðu kapers, 1 skoluðu og söxuðu ansjósuflaki og ⅛ teskeið af rauðum piparflögum í dressinguna. Skiptu út saxaðri ferskri steinselju fyrir basil.

Tómatsalat með Pecorino Romano og Oregano

Bætið ½ tsk rifnum sítrónuberki og ⅛ tsk rauðum piparflögum út í dressinguna. Skiptu út 1 eyri rakaðan Pecorino Romano eða Parmesan ost fyrir furuhnetur og 2 teskeiðar hakkað ferskt oregano fyrir basil.

76. Rakað kúrbítssalat með pepitas

Þjónar 6
Virkur tími 15 mínútur
Heildartími 15 mínútur
Hér skiptir sköpum að nota kúrbít á tímabilinu og góða ólífuolíu. Leitaðu að litlum kúrbít, sem eru yngri og hafa þynnri húð. Vertu tilbúinn til að bera þennan rétt fram fljótt eftir að hann er settur saman.

1½ pund kúrbít eða sumarsquash
2 matskeiðar extra virgin ólífuolía
½ tsk rifinn limebörkur auk 1 msk safi
1 hvítlauksgeiri, saxaður
¾ teskeið borðsalt
¼ tsk pipar
½ bolli saxuð fersk kóríander eða steinselja
2 aura queso fresco eða fetaostur, mulinn (½ bolli)
¼ bolli pepitas eða sólblómafræ, ristuð

Rakaðu kúrbít eftir endilöngu með því að nota grænmetisskeljara í mjög þunnar tætlur. Þeytið olíu, limebörk og safa, hvítlauk, salt og pipar saman í stórri skál. Bætið kúrbít, kóríander og queso fresco saman við og blandið saman. Kryddið með salti og pipar eftir smekk. Stráið pepitas yfir og berið fram strax.

77. <u>Jurtasalat</u>

Þjónar 6

3 matskeiðar extra virgin ólífuolía
¼ tsk rifinn sítrónubörkur auk 1 msk safi
¼ teskeið kosher salt
2 bollar fersk steinseljublöð
2 bollar blönduð mjúk jurtalauf
Bætið olíu, sítrónuberki og safa og salti í stóra skál. Kryddið með pipar eftir smekk og þeytið til að blandast vel saman. Bætið steinselju og kryddjurtalaufum út í og blandið þar til það er jafnhúðað með dressingu. Kryddið með salti eftir smekk. Berið fram strax.

Fullkomið par

Við höfum sérstaklega gaman af þessum salötum þegar þau eru sett undir einföldu próteini. Prófaðu þá með grilluðu kjöti eins og kjúklingasati (þessi síða), eða með kældu sjávarfangi eins og rækju Rémoulade (þessi síða). Þeir eru líka frábærir með kínversku grilli vararibs (þessi síða). Fyrir grænmetisæta valkost, reyndu að toppa þá með saganaki (sjá þessa síðu) eða stráið muldum Frico Friabile yfir (þessi síða).

78. Pai Huang Gua

Þjónar 6 til 8 | Virkur tími 15 mínútur
Heildartími 15 mínútur, auk 15 mínútna tæmingar
2 enskar gúrkur
1½ tsk kosher salt
4 tsk kínverskt svart edik
1 tsk hvítlaukur, saxaður til að líma
1 matskeið sojasósa
2 tsk ristað sesamolía
1 tsk sykur
1 tsk sesamfræ, ristuð
Fullkomið par

Berið fram með Sichuan Chili Oil (þessi síða), Tempeh með Sambal sósu (þessi síða), eða Fritto Misto di Mare (þessi síða). Eða reyndu að bera þessar gúrkur fram á ostaborði í stað cornichons.

AF HVERJU ÞESSI UPPSKRIFT VIRKAR Í kínverska héraðinu Sichuan er pai huang gua (snídar gúrkur) jafnan borið fram sem kælandi mótvægi við ríka, kryddaða rétti. Auðvelt að skammta og skortir viðkvæmt grænmeti sem myndi fljótt visna ef það er látið standa í langan tíma, salatið er líka frábært frambjóðandi fyrir lítinn disk. Stutt söltun hvetur möluðu gúrkurnar til að losa fljótt af aukavökvanum sem annars gæti þynnt bragðið af þeim, og bröndóttu brúnirnar halda vel fast í þykka dressinguna af svörtu ediki, sojasósu og ristaðri sesamolíu. Við mælum með því að nota kínverskt Chinkiang (eða Zhenjiang) svart edik í þennan rétt. Ef þú finnur það ekki geturðu skipt út 2 teskeiðum af ókrydduðu hrísgrjónaediki og 1 teskeið af balsamikediki. Rasp í raspi gerir það fljótt að breyta hvítlauknum í mauk.

1 Snyrtu og fleygðu endunum af gúrkum. Skerið gúrkur þversum í 3 jafn langar. Settu stykkin í stóran renniláspoka og innsiglið poka. Notaðu litla pönnu eða kökukefli, möldu agúrkustykkin þétt en varlega þar til þau eru fletin út og kljúfið eftir endilöngu í 3 til 4 spjót hvert. Rífðu spjót í grófa 1- til 1½ tommu bita og færðu yfir í sigtisett í stórri skál. Kasta agúrkubitum með salti og látið renna af í að minnsta kosti 15 mínútur eða allt að 30 mínútur.

2 Á meðan gúrkur sitja, þeytið edik og hvítlauk saman í lítilli skál; látið sitja í að minnsta kosti 5 mínútur eða allt að 15 mínútur.

3 Þeytið sojasósu, olíu og sykur út í edikblönduna þar til sykurinn hefur leyst upp. Flyttu gúrkur í meðalstóra skál og fargaðu öllum útdrættum vökva. Bætið dressingu og sesamfræjum við gúrkur og blandið saman. Berið fram strax.

79. Gulrótasalat að marokkóskum stíl

Þjónar 6 til 8 | Virkur tími 20 mínútur
Heildartími 20 mínútur
2 appelsínur
1 matskeið sítrónusafi
1 tsk hunang
¾ teskeið malað kúmen
½ tsk matarsalt
⅛ teskeið cayenne pipar
⅛ teskeið malaður kanill
1 pund gulrætur, skrældar og rifnar
3 matskeiðar hakkað ferskt kóríander
3 matskeiðar extra virgin ólífuolía

Forskot
Geymdu salat í kæli í allt að 1 dag. Látið ná stofuhita, hellið af og hrærið kóríander og olíu saman við rétt áður en borið er fram.

Fullkomið par
Berið fram með ofnbökuðum buffalo-vængum (þessi síða), rófusúrsuðum eggjum (þessi síða), morgunverðarsmjörbollum (þessi síða) eða Lop Cheung Bao (þessi síða).

AF HVERJU ÞESSI UPPSKRIFT VIRKAR Litríkar gulrætur eru grunnurinn að þessu auðvelda salati, sem er enn auðveldara þökk sé því að hægt er að gera það allt að degi fram í tímann án þess að missa lífleikann. Innblásin af bragði Marokkó, sameinum við rifnar gulrætur með ávaxtaríkri ólífuolíu, blómahunangi og hlýlega ilmandi kúmen, kanil og cayenne pipar. Til að bæta við jarðbundnu sætu gulræturnar bætum við safaríkum appelsínubitum og geymum eitthvað af appelsínusafanum fyrir salatsósuna. Kreista af sítrónusafa heldur sætleika salatsins í skefjum. Til að bæta ferskleika, hrærum við smá kóríander í hakkinu áður en það er borið fram. Notaðu stóru götin á raspi til að rífa gulræturnar.

1 Skerið berk og börk af appelsínum. Haltu ávöxtum yfir skálinni, notaðu skurðarhníf til að skera á milli himna til að losa hluta. Skerið hlutana í tvennt þversum og látið renna af í fínmöskju sigti yfir stóra skál, geymið safa.
2 Þeytið sítrónusafa, hunang, kúmen, salt, cayenne og kanil í frátekinn appelsínusafa. Bætið tæmdum appelsínum og gulrótum út í og hrærið varlega til að hjúpa. Látið sitja þar til vökvi byrjar að safnast saman í botni skálarinnar, 3 til 5 mínútur.
3 Tæmdu salatið í fínmöskju sigti og farðu aftur í tóma skálina. Hrærið kóríander og olíu saman við og kryddið með salti og pipar eftir smekk. Berið fram.
Afbrigði
Gulrótasalat að marokkóskum stíl með Harissa og Feta
Skiptu út 2 matskeiðar harissa fyrir kúmen, cayenne pipar og kanil. Skiptu út 2 matskeiðar saxaðri ferskri myntu fyrir kóríander. Hrærið ½ bolli muldum fetaosti í salat með myntu.

80. Gajarachi Koshimbir

Þjónar 6 til 8 | Virkur tími 25 mínútur
Heildartími 25 mínútur, auk 30 mínútna sitjandi
Salat
12 aura gulrótarnúðlur, skornar í 3 tommu lengdir
3 matskeiðar sykur
¾ teskeið borðsalt
½ laukur, fínt saxaður (má sleppa)
2 matskeiðar lime safi
6 matskeiðar þurrristaðar jarðhnetur, saxaðar fínt
¼ bolli söxuð fersk kóríanderlauf og stilkar
¼ bolli rifinn ferskur kókos
Krydd kryddolía
1 matskeið jurtaolía
2 tsk svört sinnepsfræ
1 tælenskur chili, helmingaður eftir endilöngu
⅛ teskeið malað túrmerik
⅛ teskeið malað asafetida
10 fersk karrýblöð
Forskot
Geymið kryddaða kryddolíu í kæli í allt að 6 klst. Áður en hnetum, kóríander og kókos er bætt við skaltu kæla salatið í allt að 6 klukkustundir. Hrærið hnetum saman við og skreytið með kóríander og kókos áður en borið er fram.
Fullkomið par
Berið fram með spænskri tortillu (þessi síða), Pakoras (þessi síða) og Cilantro-Mint Chutney (þessi síða), eða Dakgangjeong (þessi síða).
AF HVERJU ÞESSI UPPSKRIFT VIRKAR Sætt, kryddað, súrt, stökkt og arómatískt, þetta hefðbundna salat frá Maharashtra fylki í vesturhluta Indlands sameinar gulrætur með kókoshnetu, hnetum, kóríander og krydduðu olíu. Spiralized gulrætur eru rétt þykkt til að para með kryddað dressingu; söltun og sykri eykur bragðið og sætleikann. Við viljum helst spíralisera gulræturnar sjálfar til að fá besta bragðið, en þú getur notað gulrótarnúðlur í búð eða eldspýtugulrætur. Þú þarft 1 pund af gulrótum til að gefa 12 aura af núðlum. Svört sinnepsfræ, túrmerik, asafetida og karrílauf má finna

á indverskum mörkuðum, kryddsölum eða á netinu. Við viljum frekar rífa niður ferska kókoshnetu á stóru götin á raspi. Þú getur líka notað frosna ósykraða, rifna kókos frá indverskum eða asískum mörkuðum. Sinnepsfræ hoppa upp úr pönnunni og karrýlauf skvetta þegar þeim er bætt við heita olíu; íhugaðu að hylja pottinn annað hvort með skvettu eða loki meðan á eldun stendur. Ef þú vilt geturðu bætt ¼ teskeið af cayenne pipar við gulrótarblönduna með limesafanum í skrefi 1 í stað tælenska chilisins sem notaður var í skrefi 2.

1 Fyrir salatið Kastaðu gulrótarnúðlum með sykri og salti í salatsnúða og láttu standa þar til þær eru orðnar að hluta og minnkaðar um þriðjung, um það bil 15 mínútur. Snúðu gulrótum þar til umfram vökvi er fjarlægður, 10 til 20 sekúndur. Flyttu gulrætur í stóra skál og blandaðu með lauk, ef þú notar, og lime safa.

2 Fyrir kryddaða kryddolíu Hitið olíu í litlum potti eða kryddwok við miðlungsháan hita þar til rétt er að reykja. (Prófaðu hitastig olíu með því að bæta við 1 sinnepsfræi; sinnepsfræ ætti að krauma og poppa strax; ef það gerist ekki skaltu halda áfram að hita olíu og endurtaka prófunina.) Bætið sinnepsfræjum varlega út í og lækkið hitann niður í lágan. Hrærið Thai chile, túrmerik og asafetida saman við og eldið þar til ilmandi, um það bil 5 sekúndur. Af hita, hrærið karrýlaufum varlega saman við og eldið þar til blöðin eru að siga og eru hálfgagnsær í blettum, 5 til 10 sekúndur.

3 Hellið heitri olíublöndunni í gulrótarblönduna og látið standa í 15 mínútur. Hrærið hnetum saman við og stráið síðan kóríander og kókos yfir. Berið fram.

81. <u>Epli-fennel Rémoulade</u>

Þjónar 6 | Virkur tími 15 mínútur
Heildartími 15 mínútur
¼ bolli majónesi
2 matskeiðar heilkorns sinnep
2 matskeiðar sítrónusafi
2 matskeiðar kapers, skolaðar, auk 1 matskeið saltvatns
4 sellerí rif, þunnar sneiðar eftir hlutdrægni
1 fennel pera, 1 msk blað söxuð, stilkunum fleygt, peran helmingaður, kjarnhreinsaður og þunnt sneiddur þversum
1 epli, kjarnhreinsað og skorið í 2 tommu langar eldspýtustangir
Forskot
Geymið rémúlaði í kæli í allt að 1 dag; hrærið salatið til að sameina áður en það er borið fram.
Fullkomið par
Berið fram rémúlaði með sneiðum bratwurst, fylltum sveppum (sjá þessa síðu), kringluskorpuðum kjúklingafingrum með hunangssinnep (þessi síða), eða Latkes (þessi síða).
AF HVERJU ÞESSI UPPSKRIFT VIRKAR Þetta létta salat lætur eplum skína í bragðmiklu álagi ásamt fennel og sellerí, með rjómabragði frá ögn af majónesi og smávegis af sinneps- og sítrónusafa. Einfaldur en fjölhæfur, sem sjálfstæður lítill diskur, stríðar hann góminn með blöndu af skærum bragði og viðkvæmri, stökkri áferð. Þessir eiginleikar gera þetta salat líka að frábærri pörun fyrir margs konar þyngri litla diska - fyrir veitingahúsaverðuga kynningu geturðu jafnvel notað það sem rúm fyrir einfaldlega soðið prótein eins og kjúkling eða svínakjöt. Þú getur notað hvaða afbrigði af eplum sem er hér, en stökk-sæt afbrigði, þar á meðal Fuji, Gala og Honeycrisp, virka sérstaklega vel.
Þeytið majónesi, sinnep, sítrónusafa og caper saltvatn saman í stórri skál. Bætið kapers, sellerí, fennel bulb og epli saman við og blandið saman. Kryddið með salti og pipar eftir smekk. Toppið með fennikuflum og berið fram.

82. Fennik, appelsínu og ólífu salat

Þjónar 6 | Virkur tími 15 mínútur
Heildartími 15 mínútur

2 blóðappelsínur
1 fennelpera, stilkunum fleygt, peran helmingaður, kjarnhreinsaður og þunnur sneiður
¼ bolli saltlagðar svartar ólífur, skornar í þunnar sneiðar
3 matskeiðar extra virgin ólífuolía
2 matskeiðar gróft söxuð fersk mynta
2 tsk sítrónusafi

Forskot
Geymdu salat í kæli í allt að 1 dag. Látið ná stofuhita og hrærið myntu og olíu saman við rétt áður en borið er fram.

Fullkomið par
Berið fram með socca (sjá þessa síðu), marineruðu Manchego (þessi síða) eða Lamb Fatayer (þessi síða).

AFHVERJU ÞESSI UPPSKRIFT VIRKAR Áberandi litirnir á þessu létta, bjarta sikileyska salati gera það að verkum að það hverfur aldrei í bakgrunninn, jafnvel þegar það er aðeins einn þáttur í stærri áleggi. Og jafnvel betra, úrval af bragði og áferð til viðbótar — stökkt, anísilmandi fennel; safaríkar blóðappelsínur; mjúkar og brúnar svartar ólífur — búðu til þetta eina salat sem er jafn skemmtilegt að borða og það er að horfa á. Til að tryggja að rauðu blóðappelsínurnar dreifist jafnt í salatið, skerum við sneiðarnar í hæfilega bita og hendum salatinu varlega til að litlu bitarnir falli ekki í sundur. Til að klára salatið okkar, bætum við nokkrum olíuhreinsuðum svörtum ólífum fyrir salt andstæða, ásamt ferskri myntu, sítrónusafa, ólífuolíu, salti og pipar.

Skerið berk og börk af appelsínum. Fjórðu appelsínur, sneið síðan þversum í ½ tommu þykka bita. Sameina appelsínur og uppsafnaðan safa, fennel, ólífur, olíu, myntu og sítrónusafa í skál. Kryddið með salti og pipar eftir smekk. Berið fram.

83. Sítrus og Radicchio salat með döðlum

Þjónar 6 til 8 | Virkur tími 25 mínútur
Heildartími 25 mínútur, auk 15 mínútna tæmingar
2 rauð greipaldin
3 appelsínur
1 tsk sykur
½ tsk matarsalt
3 matskeiðar extra virgin ólífuolía
1 lítill skalottur, saxaður
1 tsk Dijon sinnep
1 lítið höfuð radicchio (6 aura), helmingaður, kjarnhreinsaður og þunnt sneiddur
⅔ bolli niðurskornar döðlur, skiptar
½ bolli reyktar möndlur, saxaðar, skiptar
Marklína
Til að tryggja að radicchio visni ekki, vertu viss um að raða sítrussneiðum á botninn á disknum áður en þú toppar þær með radicchio.
Fullkomið par
Berið fram salat með Saganaki (þessi síða), Pressure-Cooker Winter Squash með Halloumi og rósakál (þessi síða), eða Kartöflu-Cheddar Pierogi (þessi síða).
AF hverju þessi uppskrift virkar Þetta samsetta salat mun lífga upp á hvaða borð sem er. Við byrjum að byggja salatið á botni greipaldins og appelsínusneiða, toppa sítrusinn með sneiðum fjólubláum rauðum radicchio fyrir aðlaðandi framsetningu. Til að temja beiskju greipaldinsins og koma í veg fyrir að nægur safi hans drekki salatinu í vökva, meðhöndlum við greipaldin (og appelsínurnar) með sykri og salti og látum renna af þeim í stundarfjórðung áður en þær eru settar í lag á framreiðsludiskinn, geymir eitthvað af safanum fyrir vínaigrette. Saltar reyktar möndlur gefa mjúkan ríkleika og döðlur stuðla að sætleika. Við viljum frekar nota naflaappelsínur, tangelos eða Cara Caras hér.
1 Skerið berk og börk af greipaldinum og appelsínum í burtu. Skerið hvern ávöxt í hálfan stöng í stöng, sneið síðan þversum ¼ tommu

þykkt. Settu í skál, blandaðu með sykri og salti og láttu standa í 15 mínútur.

2 Tæmdu ávextina í fínmöskju sigti yfir skálina, geymdu 2 matskeiðar safa. Raðið ávöxtum í jafnt lag á borðplötu og dreypið olíu yfir. Þeytið frátekinn sítrussafa, skalottlaukur og sinnep saman í meðalstórri skál. Bætið radicchio, ⅓ bolla döðlum og ¼ bolla af möndlum út í og blandið varlega til að hjúpa. Kryddið með salti og pipar eftir smekk. Raðið radicchio blöndunni yfir ávextina, skilið eftir 1 tommu brún af ávöxtum í kringum brúnirnar. Stráið ⅓ bolla döðlum sem eftir eru og ¼ bolli af möndlum yfir. Berið fram.

84. Peach Caprese salat

Þjónar 6 til 8 | Virkur tími 15 mínútur
Heildartími 15 mínútur
3 matskeiðar extra virgin ólífuolía
1½ msk sítrónusafi
¼ tsk matarsalt
⅛ teskeið pipar
1 pund þroskaðar en örlítið stífar ferskjur, skornar í fjórðunga og skornar í sundur, hver fjórðungur skorinn í 4 sneiðar
12 aura ferskur mozzarella ostur, kúlur helmingaðar og sneiðar ¼ tommu þykkar
6 stór fersk basilíka eða myntublöð, rifin í litla bita
Marklína
Þegar salat er diskað skaltu skipta um sneiðar af mozzarella með ferskjum til að búa til ánægjulegt mynstur.
Fullkomið par
Berið fram salat með antipasto fati, arepas (sjá þessa síðu) eða rækjutostadas með kókos- og ananassalati (þessi síða).
AF HVERJU ÞESSI UPPSKRIFT VIRKAR Hefðbundið caprese salat sýnir einfalda en sannfærandi blöndu af þroskuðum tómötum og ferskum mozzarella. Henda í góða ólífuolíu og sætu balsamikediki og þú ert með öruggan sigurvegara í sumarmatreiðslu. Okkur langaði til að varðveita hreinleika caprese á sama tíma og við sýndum aðra af safaríkum gimsteinum sumarsins: þroskaðar ferskar ferskjur. Í þessu salati viljum við frekar hvernig ferskur sítrónusafi, í stað balsamikediki, bætir og bætir bragðið af sætu ferskjunum. Að kasta ferskjusneiðunum með dressingunni áður en salatið er sett saman tryggir að hver biti sé fullhúðaður og kryddaður. Til að ná sem bestum árangri skaltu nota hágæða, þroskaðar ferskjur á árstíð með ilmandi ilm og holdi sem gefur aðeins eftir þegar pressað er varlega. Okkur finnst gaman að nota 4-eyri kúlur af ferskum mozzarella í þessari uppskrift.
1 Þeytið olíu, sítrónusafa, salt og pipar saman í stórri skál. Bætið ferskjum út í og hrærið varlega í húðina.
2 Ristill ferskjur og mozzarella á diski. Dreypið allri dressingu sem eftir er úr skálinni yfir. Stráið basil yfir. Kryddið með salti og pipar eftir smekk. Berið fram.

85. <u>Burrata salat með Pangrattato og basil</u>

Þjónar 6 til 8 | Virkur tími 35 mínútur
Heildartími 35 mínútur, auk 30 mínútna tæmingar
1½ pund þroskaðir tómatar, kjarnhreinsaðir og skornir í 1 tommu bita
8 aura þroskaðir kirsuberjatómatar, helmingaðir
½ teskeið auk klípa borðsalts, skipt
3 aura Rustic ítalskt brauð, skorið í 1-tommu bita (1 bolli)
6 matskeiðar extra virgin ólífuolía, skipt
Klípa pipar
1 hvítlauksgeiri, saxaður
1 skalottlaukur, helmingaður og skorinn þunnt
1½ msk hvítt balsamik edik
½ bolli söxuð fersk basilíka
8 aura burrata ostur, stofuhita
Marklína
Fyrir enn litríkara salat, notaðu blöndu af gulum, appelsínugulum og rauðum kirsuberjatómötum og/eða ýmsum litríkum arfatómötum. Ef þú vilt, skreytið salatið með handfylli af heilum basilíkulaufum.
Fullkomið par
Berið fram með Pinchos Morunos (þessi síða), kjúklingakökum (þessi síða) eða grilluðu flatbrauði (sjá þessa síðu).
AF HVERJU ÞESSI UPPSKRIFT VIRKAR Bestu litlu diskarnir eru með grípandi litum, djörfum bragði og áferðarbreytingum í hverjum bita. Þessi endurmyndaða útfærsla af caprese salati gerir allt ofangreint, með bestu tómötum sumarsins í aðalhlutverki ásamt ríkulegum og smjörkenndum burrata, lúxusútgáfu af ferskum mozzarella. Þar sem burrata er svo miklu ríkari en venjulegur ferskur mozzarella þarf að stækka önnur hráefni svo þau haldi sínu. Að salta staðlaða tómata og kirsuberjatómata dregur fram vatnskennda safa þeirra og þéttir bragðið. Sallot og hvítt balsamik edik gera djörf vínaigrette (þú gætir notað rautt balsamik edik, en það mun bletta fallega, rjómaostinn). Álegg af ítölsku pangrattato (rustískum hvítlauksbrauðmylsnu) dregur í sig tómatsafann og burrata-kremið. Árangur þessa réttar fer eftir því að nota þroskuð,
1 Kasta tómötum með ¼ tsk salti og látið renna af í sigti í 30 mínútur.

2 Á meðan, púlsaðu brauð í matvinnsluvél í stóra mola sem eru á milli ⅛ og ¼ tommu, um það bil 10 pulsur. Sameina mola, 2 matskeiðar olíu, klípa salt og pipar í 12 tommu nonstick pönnu. Eldið við meðalhita, hrærið oft, þar til mylsnurnar eru orðnar stökkar og gullnar, um það bil 10 mínútur. Hreinsaðu miðju pönnu, bættu hvítlauk út í og eldaðu, maukaðu hvítlauk í pönnu, þar til ilmandi, um það bil 30 sekúndur. Hrærið hvítlauk í mola. Færið yfir á disk og látið kólna aðeins.

3 Þeytið skalottlaukur, edik og afganginn af ¼ tsk salti saman í stórri skál. Þeytið stöðugt og hellið rólega ¼ bolla af olíu út í. Bætið tómötum og basilíku saman við og blandið varlega saman. Kryddið með salti og pipar eftir smekk og raðið á disk. Skerið burrata í 1 tommu bita, safnaðu rjómalöguðum vökva. Stráið burrata yfir tómatana og dreypið rjómalöguðum vökva yfir. Stráið brauðmylsnu yfir og berið fram strax.

86. Vatnsmelónusalat með Cotija og Serrano

Þjónar 6 | Virkur tími 20 mínútur
Heildartími 20 mínútur
⅓ bolli lime safi (3 lime)
2 rauðlaukur, hvítir og grænir hlutar aðskildir og þunnar sneiðar
2 serrano chili, stilkaðir, helmingaðir, fræhreinsaðir og þunnar þunnar sneiðar
1-2 matskeiðar sykur (má sleppa)
¾ teskeið borðsalt
6 bollar 1½ tommu frælaus vatnsmelónastykki
3 aura cotija ostur, mulinn (¾ bolli), skipt
5 matskeiðar saxað ferskt kóríander, skipt
5 matskeiðar saxaðar ristaðar, saltaðar pepitas, skipt
Fullkomið par
Berið fram salat með Sung Choy Bao (þessi síða), Cóctel de Camarón (þessi síða), eða Easy Mini Chicken Empanadas (þessi síða).
AF HVERJU ÞESSI UPPSKRIFT VIRKAR Safaríkt og sætt og byggt upp úr stórum bitum af skærlitri melónu, þetta salat og afbrigði þess hefur alla burði til að vera sláandi lítill diskur. Vatnsmelónaútgáfan okkar er með ákafa dressingu úr lime safa, laufalaukslauks, chiles og kóríander sem standast þynningu af miklum raka vatnsmelónunnar. Sumar brenndar pepitas bjóða upp á lúmskur marr, og hneturnar ásamt stráði af cotija osti bæta við ríkuleika í stað olíu (sem myndi aðeins hrinda frá sér af yfirborðsraka vatnsmelónunnar). Afbrigðin tvö koma í stað kantalópu og hunangsdögg fyrir vatnsmelónuna og breyta bragði dressinganna og skreytinganna. Smakkaðu melónuna þína um leið og þú skera hana upp: Ef hún er mjög sæt skaltu sleppa sykrinum; ef það er minna sætt skaltu bæta sykrinum við dressinguna. Jalapeños má skipta út fyrir serranos.
Blandið saman limesafa, rauðlaukshvítum og serranos í stórri skál og látið standa í 5 mínútur. Hrærið sykri út í, ef þú notar, og salti. Bætið vatnsmelónu, ½ bolla af cotija, ¼ bolli af kóríander, ¼ bolli af pepitas og rauðlauk og hrærið saman. Flyttu yfir í grunna framreiðsluskál. Stráið eftir ¼ bolla af cotija, 1 matskeið af kóríander og eftir 1 matskeið af pepitas og berið fram.
Afbrigði

Cantaloupe salat með ólífum og rauðlauk

Slepptu serranos, sykri, cotija og kóríander. Minnka saltið í ½ teskeið. Skiptu út sítrónusafa og ½ þunnt sneiðum rauðlauk fyrir limesafa og lauk. Bætið 1–3 msk hunangi (valfrjálst), 1 tsk möluðum þurrkuðum Aleppo pipar og salti við sítrónusafablönduna. Skiptu út fyrir 1 kantalúpu, skera í 1½ tommu bita (um 6 bolla), fyrir vatnsmelónu, og hrærðu í ¼ bolla saxaðri ferskri steinselju, ¼ bolla saxaðri ferskri myntu og 3 matskeiðar fínsöxuðum olíuhreinsuðum ólífum ásamt kantalópu. Flyttu yfir í framreiðsluskál og stráðu 1 matskeið steinselju til viðbótar, 1 matskeið af myntu og 1 matskeið af ólífum yfir áður en það er borið fram.

Hunangssalat með hnetum og lime

Slepptu serranos og cotija. Skiptu út 1 þunnt sneiðum skalottlaukslaukslaukslaukslaukur, 1 hunangsmelónu, skorna í 1½ tommu bita (um 6 bollar), fyrir vatnsmelónu og saxaðar saltaðar þurrristaðar jarðhnetur fyrir pepitas. Minnka saltið í ½ teskeið. Notaðu mortéli og staup (eða á skurðbretti með flatri hlið kokkshnífsins), stappaðu 2 stöngla, fræhreinsaða og hakkaða tælenska chili, 1 hakkað hvítlauksrif og salt í fínt deig. Bætið chili-mauki og 1 msk fiskisósu í skál með skalottlauksblöndunni. Bætið ¼ bolli af saxaðri ferskri myntu í skál með hunangsdögg. Flyttu yfir í grunna framreiðsluskál og stráðu yfir 1 matskeið myntu til viðbótar ásamt kóríander og hnetum áður en það er borið fram.

87. Ferskt fíkjusalat

Þjónar 6 | Virkur tími 25 mínútur
Heildartími 25 mínútur
3 matskeiðar balsamik edik
2 matskeiðar rúbín port
¾ bolli unga rucola, saxað gróft
8 aura fíkjur, helmingaðar (um það bil 2 bollar)
4 aura geitaostur, mulinn
2 aura þunnt sneidd mortadella, rifin
½ tsk flögu sjávarsalt
½ tsk rifinn pipar
2 matskeiðar extra virgin ólífuolía
2 matskeiðar saxaðar ristaðar pistasíuhnetur
Marklína
Til að fá aðlaðandi framsetningu skaltu dreifa salati í einu lagi á breitt diska eða einstaka diska og passa að snúa fíkjum með skurðhliðinni upp.
Fullkomið par
Berið fram með Olives all'Ascolana (þessi síða), kjúklingalifrarpaté (þessi síða), frönskum brauðpizzum (þessi síða) eða Gougères (þessi síða).

AFHVERJU ÞESSI UPPSKRIFT VIRKAR Fyrir samsett salat sem sýnir ferskar fíkjur sem líkjast gimsteinum – og myndi ekki líta út fyrir að vera úr stað jafnvel í fínasta kvöldverðarboði – byrjum við á því að elda niður púrtvín og balsamik edik í síróp. Við dreyfum svo þessari bragðmiklu blöndu yfir beð af krydduðum rucola, helminguðum ferskum fíkjum, geitaosti og rifnum mortadella sneiðum. Smá flögur sjávarsalt, svartur pipar, ólífuolía og saxaðar ristaðar pistasíuhnetur ofan á utan um þetta glæsilega salat. Þú getur skipt út prosciutto fyrir mortadella ef þú vilt. Við viljum frekar litlar fíkjur hér. Ef þú finnur aðeins stórar fíkjur skaltu fjórða þær. Fyrir óáfenga útgáfu skaltu sleppa portinu og auka balsamikedikið í 5 matskeiðar. Til að ná sem bestum árangri mælum við með að kaupa stokk af góðum geitaosti.

1 Blandið ediki og púrtvíni saman í litlum potti. Látið suðuna koma upp við meðalháan hita. Eldið þar til það þykknar og er rétt að verða sírópkennt (blandan ætti að mælast tæpar 2 matskeiðar), um það bil 3 mínútur. Látið kólna í að minnsta kosti 5 mínútur.

2 Raðið rucola á framreiðsludisk og toppið með fíkjum, geitaosti og mortadella. Stráið salti og pipar yfir. Dreypið olíu og balsamikblöndu yfir. Toppið með pistasíuhnetum. Berið fram.

88. Fava bauna- og radísusalat

Þjónar 6 til 8 | Virkur tími 40 mínútur
Heildartími 40 mínútur
3 pund fava baunir, shucked (3 bollar)
¼ bolli extra virgin ólífuolía
3 matskeiðar sítrónusafi
2 hvítlauksrif, söxuð
½ tsk matarsalt
¼ tsk pipar
¼ teskeið malað kóríander
10 radísur, snyrtar, helmingaðar og þunnar sneiðar
1½ aura (1½ bolli) ertasprotar eða örgrænir
¼ bolli saxuð fersk basilíka eða mynta
Forskot
Blasaðu og afhýða fava baunir allt að 1 dag fram í tímann; halda áfram með skref 2 þegar tilbúið er að setja saman salat.

Fullkomið par

Berið fram salat með ristuðum möndlum (sjá þessa síðu), Easy Mushroom Paté (þessi síða), Reykt Trout Deviled Egg (þessi síða), eða Egg Roulade með spínati og Gruyére (þessi síða).

AF HVERJU ÞESSI UPPSKRIFT VIRKAR Sérhver biti af þessu líflega, bragðmikla salati með fava baunum, radísum og ertusotum er hátíð vorsins. Fava baunirnar eru rjómalögaðar og mjúkar, fersku baunasprotarnir bjóða upp á viðkvæma áferð og smá náttúrulega sætleika, og þunnt hálftungl af pipruðum radísum veita krassandi, kryddaðan bita og flekka af andstæðum rauðu og hvítu í annars græna salatið okkar. Fersk basilíka og sítrónudressing bæta við bragðmiklum jurtatóni. Þessi uppskrift virkar best með ferskum fava baunum, en ef þú finnur þær ekki geturðu skipt út 1 pund (3 bollar) af frosnum shucked fava baunum, þíða. Slepptu skrefi 1 ef þú notar frosnar favas. Vertu viss um að setja upp ísbaðið áður en þú eldar fava baunirnar,

1 Látið 4 lítra vatn sjóða í stórum potti við háan hita. Fylltu stóra skál hálfa leið með ís og vatni. Bætið fava baunum út í sjóðandi vatn og eldið í 1 mínútu. Notaðu rifa skeið, flyttu fava baunir yfir í ísbað og láttu kólna, um það bil 2 mínútur. Flyttu fava baunir yfir á þrefalt lag af pappírsþurrkum og þurrkaðu vel. Notaðu skurðhníf til að skera smátt meðfram brún hverrar baun í gegnum vaxkennt slíður, kreistu síðan slíðrið varlega til að losa baunina; farga slíðri.

2 Þeytið olíu, sítrónusafa, hvítlauk, salt, pipar og kóríander saman í stórri skál. Bætið radísum, ertusotum, basil og fava baunum út í og hrærið varlega til að hjúpa. Berið fram strax.

89. Sem Tam

Þjónar 8 til 10 | Virkur tími 25 mínútur
Heildartími 25 mínútur, auk 30 mínútna marineringar

2 matskeiðar pakkaður púðursykur, skipt
2–4 tælenskur chili, stilltur og skorinn þunnt
2 matskeiðar saxaðar þurrkaðar rækjur (valfrjálst)
1 hvítlauksgeiri, saxaður
3 msk lime safi (2 lime), auk auka til að krydda
2 matskeiðar fiskisósa, auk auka til að krydda
1 græn papaya (2 pund), afhýdd, helminguð eftir endilöngu og fræhreinsuð
4 aura grænar baunir, snyrtar og skornar í 1 tommu lengdir á hlutdrægni
3 aura kirsuberjatómatar, skornir í fjórða
3 matskeiðar saxaðar þurrristaðar jarðhnetur

Forskot
Marineraðu papaya í dressingu í allt að 4 klst.

Fullkomið par
Berið fram salat með Jalapeño Poppers (þessi síða), spínati og Edamame hrísgrjónakökum (þessi síða), eða Chile marineruðum svínakökum (þessi síða).

AF HVERJU ÞESSI UPPSKRIFT VIRKAR Som tam („súrt dúndur"), stökkt, súrt-kryddað norðaustur-tælenskt salat gert með grænum papaya, færir skörp-fersku andstæðuna sem þarf til að koma jafnvægi á máltíð með þyngri réttum. Stöðugt hold papaya getur verið erfitt að tyggja, svo hefðbundið er að ávöxturinn sé rifinn niður með machete-stærð hníf og síðan sleginn með mortéli og stöpli þar til hann mýkist. Við notum rasp til að tæta niður og síðan, frekar en að treysta á vélrænt högg, mýkjum við papaya með því að blanda honum í hvítlauk, limesafa, fiskisósu, púðursykur og taílenska chile dressingu. Grænar baunir og tómatar bæta við stökku marr, sem og að klára stökk af ristuðum hnetum. Ekki nota þroskaðan papaya; það mun ekki virka hér. Skiptu út 1½ pund jicama (afhýðið, skorið í fjórða og rifið) fyrir papaya ef þess er óskað. Þú getur skipt út 1–2 serrano chile eða ½–1 jalapeño chile fyrir taílenska chiles. Fyrir sterkari rétt, notaðu meiri fjölda chiles.

1 Notaðu mortéli og staup (eða á skurðbretti með flatri hlið kokkshnífsins), stappaðu 1 matskeið af sykri; Thai chiles; rækjur, ef þær eru notaðar; og hvítlauk í fínt deig; flytja í stóra skál. Þeytið limesafa, fiskisósu og afganginn af 1 msk sykri út í þar til sykurinn hefur leyst upp. Fjórðu hvern papaya helming. Notaðu stór göt á raspi í kassanum eða rífðu disk af matvinnsluvél til að rífa papaya. Flyttu papaya í skál með dressingu og blandaðu til að hjúpa. Látið standa í að minnsta kosti 30 mínútur, hrærið af og til.

2 Grænar baunir í örbylgjuofni og 1 matskeið af vatni í lokinni skál, hrærið af og til, þar til þær eru mjúkar, um það bil 4 mínútur. Tæmið grænar baunir og skolið strax með köldu vatni. Þegar það hefur kólnað, tæmið aftur og þurrkið vel með pappírshandklæði. Bætið grænum baunum og tómötum við papayablönduna og blandið saman. Kryddið með auka lime safa og fiskisósu eftir smekk. Flyttu salatið yfir á disk og stráðu hnetum yfir. Berið fram.

90. Horiatiki Salata

Þjónar 8 til 10 | Virkur tími 20 mínútur
Heildartími 20 mínútur, auk 30 mínútna tæmingar
1¾ pund þroskaðir tómatar, kjarnhreinsaðir
1¼ tsk matarsalt, skipt
½ rauðlaukur, þunnt sneiddur
2 matskeiðar rauðvínsedik
1 tsk þurrkað oregano, auk auka til að krydda
½ tsk pipar
1 ensk agúrka, skorin í fjórða langa lengd og skorin í ¾ tommu bita
1 græn paprika, stofnuð, fræhreinsuð og skorin í 2 x ½ tommu ræmur
1 bolli steinhreinsaðar kalamata ólífur
2 matskeiðar kapers, skolaðar
¼ bolli extra virgin ólífuolía, auk auka til að drekka
1 (8 únsa) blokk fetaostur, sneið í ½ tommu þykka þríhyrninga
Fullkomið par
Berið fram með Muhammara (sjá þessa síðu), lambalæriskótilettur með myntu-rósmarínbragði (þessi síða) eða Keftedes (þessi síða) til að fá smurt með bragði Miðjarðarhafsins.
AF HVERJU ÞESSI UPPSKRIFT VIRKAR Bitar af sætum tómötum, bröntum ólífum, bragðmiklum lauk, stökkri agúrku og feitum fetaplötum samanstendur af þessu klassíska gríska salati. Notkun þroskaðra, háannatíma tómata er nauðsyn hér; við byrjum á því að henda hálfum tómatbátum með salti og setja í sigti til að tæma umfram raka frá þeim. Að leggja lauksneiðarnar í bleyti í ísvatni temprar bit þeirra. Rjómalöguð grísk fetaost færir magra grænmetið ríkulegt. Þurrkað óreganó er hefðbundið val fyrir dressinguna: Viðkvæma bragðið bætir við grænmetið og kemur því ekki upp á svið eins og ferskt oregano gæti. Venjan er að klæða horiatiki salata með olíu og ediki, en við finnum til með því að henda grænmetinu með ediki áður en það er hellt yfir það með olíu til að tryggja jafna þekju. Notaðu aðeins stóra, kringlótta tómata hér, ekki Roma eða kirsuberjatómata.
1 Skerið tómata í ½ tommu þykka báta. Skerið báta í tvennt þversum. Hrærið tómötum og ½ teskeið salti saman í sigti í stórri skál. Látið renna af í 30 mínútur. Setjið laukinn í litla skál, hyljið með ísvatni og

látið standa í 15 mínútur. Þeytið edik, oregano, pipar og afganginn af ¾ teskeið salti saman í annarri litlu skálinni.

2 Fleygðu tómatsafa og færðu tómatana í tóma skál. Tæmið laukinn og bætið í skál með tómötum. Bætið við edikblöndu, gúrku, papriku, ólífum og kapers og blandið saman. Dreypið olíu yfir og hrærið varlega til að hjúpa. Kryddið með salti og pipar eftir smekk. Færið yfir á framreiðslufat og toppið með fetaost. Kryddið hverja fetasneið með auka oregano eftir smekk og dreypið auka olíu yfir. Berið fram.

91. Butternut Squash og Apple Fattoush

Þjónar 8 | Virkur tími 35 mínútur
Heildartími 1¼ klst
2 (8 tommu) pítubrauð
½ bolli extra virgin ólífuolía, skipt
⅛ plús ¾ teskeið borðsalt, skipt
⅛ teskeið pipar
2 pund af smjörhnetu, skrældar, fræhreinsaðar og skornar í ½ tommu bita
3 matskeiðar sítrónusafi
4 teskeiðar malað sumak, auk auka til að bera fram
1 hvítlauksgeiri, saxaður
1 epli, kjarnhreinsað og skorið í ½ tommu bita
¼ höfuð radicchio, kjarnhreinsað og saxað (1 bolli)
½ bolli söxuð fersk steinselja
4 rauðlaukar, þunnar sneiðar
Forskot
Geymið ristað pítu í loftþéttum umbúðum við stofuhita í allt að 2 daga.
Fullkomið par
Berið fram salat með rennum (sjá þessa síðu), Skordalia (þessi síða), eða svínakjöt og ricotta kjötbollur (þessi síða).
AF HVERJU ÞESSI UPPSKRIFT VIRKAR Pítubrauðssalat, eða fattoush, inniheldur venjulega hámarksframleiðslu sumarsins eins og þroskaða tómata og agúrka. Þessi ívafi á klassíkinni notar hráefni sem eru tiltækari seinni hluta ársins, en ekki síður gleðja auga og góm: stökk epli, sætt ristað butternut-squash og skemmtilega beiskt radicchio. Kastað með ristaðri pítu og dressingu hlaðinni sítrónusafa og sítruskenndu súmaki, bjarta, kraftmikla bragðið af þessu salati gerir hvern bita að marglaga upplifun sem fellur ekki í skuggann jafnvel þegar salatið er parað saman við ýmsa aðra rétti.

1 Stillið ofngrindur í miðju og lægstu stöður og hitið ofninn í 375 gráður. Notaðu eldhúsklippur, klipptu í kringum hverja pítu og skiptu í 2 þunnar umferðir. Skerið hverja umferð í tvennt. Setjið pítur með sléttu hliðinni niður á vírgrind sett í bökunarplötu. Penslið grófa hlið pítunnar jafnt með 3 msk olíu, stráið síðan ⅛ teskeið af salti og pipar yfir. (Pítur þurfa ekki að vera jafnhúðaðar með olíu.) Bakið á miðri grind þar til píturnar eru stökkar og ljósgulbrúnar, 10 til 14 mínútur. Látið kólna alveg.

2 Hækkið ofnhitann í 450 gráður. Kasta leiðsögn með 1 matskeið olíu og ½ teskeið salti. Dreifið í jafnt lag á bökunarplötu og steikið á neðri grind þar til það er brúnt og mjúkt, 20 til 25 mínútur, hrærið í hálfa leið. Setjið til hliðar til að kólna aðeins, um 10 mínútur.

3 Á meðan, þeytið sítrónusafa, súmak, hvítlauk og afganginn af ¼ teskeið salti saman í lítilli skál og látið standa í 10 mínútur. Þeytið stöðugt og hellið rólega ¼ bolla af olíu út í.

4 Brjótið kældar pítur í ½ tommu bita og setjið í stóra skál. Bætið við ristuðum leiðsögn, eplum, radicchio, steinselju og lauk. Dreypið dressingu yfir salatið og blandið varlega til að hjúpa. Kryddið með salti og pipar eftir smekk. Berið fram, stökkva einstökum skömmtum með auka sumak.

92. Kartöflusalat með sólþurrkuðum tómatsósu

Þjónar 6 til 8 | Virkur tími 25 mínútur
Heildartími 45 mínútur, auk 30 mínútna sitjandi

2 pund kartöflur, óafhýddar, helmingaðar langsum
¼ bolli extra virgin ólífuolía, skipt
1½ tsk matarsalt
1 tsk pipar
1 tsk herbes de Provence
⅓ bolli olíupakkaðir sólþurrkaðir tómatar, hakkaðir
¼ bolli steinhreinsaðar kalamata ólífur, fínt saxaðar
¼ bolli saxuð fersk steinselja
3 matskeiðar smátt saxaður skalottlaukur
2 tsk rifinn sítrónubörkur auk 1 msk safi
1 hvítlauksgeiri, saxaður
½ tsk rauðar piparflögur

Forskot
Látið kartöflusalat standa við stofuhita í allt að 2 klukkustundir, eða geymið í kæli í allt að 1 dag.

Marklína
Stráið kartöflum yfir saxaðri ferskri steinselju til viðbótar áður en þær eru bornar fram.

Fullkomið par
Berið fram með aioli (sjá þessa síðu), ristuðum aspas með sinnepsdilli Hollandaise (þessi síða), Keftedes (þessi síða), eða soðnum Tempeh með tómatsultu (þessi síða).

AFHVERJU ÞESSI UPPSKRIFT VIRKAR Fingerling kartöflur hafa jarðbundið, mildilega hnetubragð og mjótt lögun sem gerir þær að fullkomnum valkosti fyrir kartöflusalat sem finnst fullorðið og glæsilegt. Innblásin af bragði Frakklands, hentum við kartöflunum með ávaxtaríkri extra virgin ólífuolíu og herbes de Provence áður en við ristum þær mjúkar. Að klæða kartöflurnar á meðan þær eru enn heitar gerir það að verkum að spudarnir drekka auðveldlega í sig bragðmikið dressinguna. Þetta salat má bera fram heitt, stofuhita eða kalt. Reyndu að finna fingrakartöflur sem eru stöðugt 2 til 3 tommur langar og 1 tommu í þvermál. Það er mikilvægt að henda kartöflunum með dressingunni á meðan þær eru enn heitar.

1 Stillið ofngrind í miðstöðu og hitið ofninn í 450 gráður. Kasta kartöflum, 2 matskeiðar olíu, salti, pipar og herbes de Provence í stóra skál þar til kartöflurnar eru vel húðaðar. Raðið kartöflunum niður í einu lagi á bökunarplötu með brún. Steikið þar til kartöflurnar eru mjúkar og afskornar hliðar gullinbrúnar, um 20 mínútur.
2 Þurrkaðu skálina á meðan með pappírsþurrku. Bætið tómötum, ólífum, steinselju, skalottlaukum, sítrónuberki og safa, hvítlauk, piparflögum og 2 msk olíu sem eftir eru í tóma skálina.
3 Flyttu heitar kartöflur yfir í tómatblönduna og blandaðu saman. Látið sitja í 30 mínútur, hrærið af og til. Færið yfir á fat og berið fram.

93. Sætkartöflusalat með möndlum

Þjónar 6 til 8 | Virkur tími 30 mínútur
Heildartími 1 klukkustund, auk 30 mínútna kælingu
3 pund sætar kartöflur, skrældar og skornar í ¾ tommu bita
3 matskeiðar auk ¼ bolli extra virgin ólífuolía, skipt
2 tsk matarsalt
3 rauðlaukar, þunnar sneiðar
3 msk lime safi (2 lime)
1 jalapeño chile, stilkaður, fræhreinsaður og hakkaður
1 hvítlauksgeiri, saxaður
1 tsk malað kúmen
1 tsk reykt paprika
1 tsk pipar
½ tsk malað pipar
½ bolli grófsöxuð fersk kóríanderlauf og stilkar
½ bolli heilar möndlur, ristaðar og saxaðar

Forskot

Geymið soðnar sætar kartöflur og rauðlauksblöndu sérstaklega í kæli í allt að 1 dag. Látið hvort tveggja ná stofuhita áður en haldið er áfram með uppskriftina.

Fullkomið par

Berið fram salat með beikon- og graslaukseggjum (þessi síða), steiktum rósakáli með chorizo og manchegoosti (þessi síða), eða Kombdi, Jira Galun (þessi síða).

AF HVERJU ÞESSI UPPSKRIFT VIRKAR Líflegar sætar kartöflur taka á sig nýja vídd sem verðugir smádiskar þegar þær eru ristaðar þar til þær eru mjúkar og létt karamelluberaðar og blandaðar með volgu kryddi, ferskum kryddjurtum og stökkum hnetum. Að elda kartöflurnar í heitum ofni fær gyllt ytra byrði á meðan kartöflurnar bakast mjúkar og mjúkar. Við leyfum ristuðu kartöflunum að kólna (til að vernda uppbyggingu heilleika þeirra) áður en við hendum þeim með feitri vinaigrette sem er búið til með lauk, jalapeño, limesafa og hvítlauk og ilmandi með jarðbundnu kúmeni og reyktri papriku. Við klárum svo klæddu sætu kartöflurnar með blómstrandi af ferskum kóríander, auk ristuðum möndlum fyrir hnetumars. Við viljum frekar nota hágæða extra virgin ólífuolíu til að auka dýpt og flókið hér.

1 Stillið ofngrind í miðstöðu og hitið ofninn í 450 gráður. Kasta kartöflum með 3 msk olíu og salti í skál. Flyttu yfir á bökunarplötu og dreifðu í jafnt lag. Steikið þar til kartöflurnar eru mjúkar og rétt byrjaðar að brúnast, 30 til 40 mínútur, hrærið í hálfa steikingu. Látið kartöflurnar kólna í 30 mínútur.
2 Á meðan skaltu blanda saman lauk, límónusafa, jalapeño, hvítlauk, kúmeni, papriku, pipar, kryddjurtum og ¼ bolli af olíu í stóra skál.
3 Bætið kóríander, möndlum og kartöflum í skálina með rauðlauksblöndunni og blandið saman. Berið fram.
Afbrigði
Sætkartöflusalat með sojasósu, Sriracha og hnetum
Skiptu út 1 msk sojasósu, 1 msk sriracha, 1 tsk sykur og 1 tsk rifið ferskt engifer fyrir kúmen, reykta papriku, pipar og kryddjurt. Skiptu út saltuðum þurrristuðum hnetum fyrir möndlur.

94. Brún hrísgrjón með fennel og sveppum

Þjónar 6 til 8 | Virkur tími 40 mínútur
Heildartími 1 klukkustund, auk 25 mínútna kælingu og sitjandi
1½ bollar langkorna hýðishrísgrjón
1¼ tsk borðsalt, skipt, auk salts til að elda hrísgrjón
3 matskeiðar hvítvínsedik, skipt
¼ bolli extra virgin ólífuolía, skipt
1 pund hvítir eða cremini sveppir, snyrtir og skornir í fjórða
1 stór fennel pera, stönglum fargað, pera helmingaður, kjarnhreinsaður og þunnur sneið
1 skalottlaukur, saxaður
½ tsk pipar
⅔ bolli valhnetur eða heilar möndlur, ristaðar og saxaðar gróft, skiptar
2 matskeiðar hakkað ferskt estragon eða graslauk
2 matskeiðar söxuð fersk steinselja eða dill, skipt

Forskot
Geymið soðin hrísgrjón í loftþéttum umbúðum í allt að 3 daga.

Marklína
Berið fram salat með spíraluðum sætum kartöflum með stökkum skallottum, pistasíuhnetum og Urfa (þessi síða) eða túnfisk- og erfðatómatsalati með ólífum og steinselju (þessi síða).

AF HVERJU ÞESSI UPPSKRIFT VIRKAR Ómótstæðileg jarðeska brún hrísgrjóna kemur sér vel í þessu heilkorna salati, þar sem hnetukenndu hrísgrjónin eru bætt með arómatískri fennel, stökkum valhnetum og seigum, bragðmiklum sveppum. Með því að nota pastaaðferðina til að elda hýðishrísgrjónin (sjóða þau í miklu magni af vatni og tæma síðan umframmagnið) tryggir það jafnt soðið, mjúkt korn. Til að ljúka við kryddum við salatið með töfrandi vínaigrette af hvítvínsediki, skalottlaukur og ólífuolíu.

1 Látið 3 lítra vatn sjóða í stórum potti. Bætið við hrísgrjónum og 2 tsk salti og eldið, hrærið af og til, þar til hrísgrjónin eru mjúk, 22 til 25 mínútur. Tæmdu hrísgrjónin, dreifðu þeim á bökunarplötuna og dreifðu 1 matskeið af ediki yfir. Látið hrísgrjón kólna alveg, um 15 mínútur; flytja í stóra skál.

2 Hitið 1 matskeið af olíu í 12 tommu pönnu yfir miðlungs háum hita þar til hún ljómar. Bætið sveppum og ½ tsk salti út í og eldið, hrærið af og til, þar til pönnu er þurr og sveppir eru brúnaðir, 6 til 8 mínútur; færið yfir á disk og látið kólna.

3 Hitið 1 msk olíu á nú tómri pönnu við miðlungsháan hita þar til hún ljómar. Bætið fennel og ¼ teskeið af salti og eldið, hrærið af og til, þar til það er aðeins brúnt og stökkt, 3 til 4 mínútur; flytja á disk með sveppum og láta kólna.

4 Þeytið skalottlaukur, pipar, ½ tsk salt sem eftir er, 2 msk ediki sem eftir er og 2 msk olíu sem eftir eru saman í lítilli skál og dreypið síðan hrísgrjónum yfir. Bætið sveppum og fennel saman við og blandið saman. Látið sitja þar til bragðið blandast saman, um það bil 10 mínútur.

5 Bætið ½ bolli af valhnetum, estragon og 1 matskeið steinselju og blandið saman. Kryddið með salti og pipar eftir smekk. Stráið afganginum af valhnetum yfir og eftir 1 msk steinselju og berið fram.

95. Farro salat með Sugar Snap baunum og hvítum baunum

Þjónar 6 til 8 | Virkur tími 25 mínútur
Heildartími 40 mínútur, auk 30 mínútna kælingu
12 aura sykurbaunir, strengir fjarlægðir, skornar í 1 tommu lengd
¼ tsk matarsalt, auk salts til að elda baunir og farro
1½ bolli heill farro
3 matskeiðar extra virgin ólífuolía
2 matskeiðar sítrónusafi
2 matskeiðar saxaður skalottlaukur
1 tsk Dijon sinnep
¼ tsk pipar
1 (15 aura) cannellini baunir í dós, skolaðar
6 aura kirsuberjatómatar, helmingaðir
⅓ bolli niðurskornar kalamata ólífur
2 matskeiðar saxað ferskt dill
Forskot
Geymið eldað farro í loftþéttu íláti í allt að 3 daga.
Fullkomið par
Berið fram með ristuðum gulrótum og skallottum með Chermoula (þessi síða) eða Albóndigas en Salsa de Almendras (þessi síða).
AFHVERJU ÞESSI UPPSKRIFT VIRKAR Í þessu salati er hnetukenndur, skemmtilega seigandi farro dreginn fram af stökku mjúku fersku sumargrænmeti. Eins og í hýðishrísgrjónasalatinu okkar (sjá þessa síðu), notum við pastaaðferðina til að elda farroinn til að fá þétt en mjúkt korn. Sítrónu-dill dressing þjónar sem sítruskenndur, jurtauppbót við jarðbundinn farro og stökkar hvítar baunir. Til að bæta aðeins meira efni í salatið hendum við líka nokkrum kirsuberjatómötum, kjötmiklum kalamata ólífum og rjómalöguðum cannellini baunum út í. Við viljum frekar bragðið og áferðina af heilkorni farro; Hægt er að nota pearled farro í þennan rétt, en áferðin gæti verið mýkri. Við fundum mikið úrval af eldunartíma hjá ýmsum farro-tegundum, svo byrjaðu að athuga hvort það sé tilbúið eftir 10 mínútur. Ekki nota hraðeldað farro hér.

1 Látið 4 lítra vatn sjóða í stórum potti. Bætið smábaunum og 1 matskeið af salti út í og eldið þar til þær eru stökkar, um það bil 2 mínútur. Notaðu skál, flyttu baunir yfir á stóran disk og láttu kólna alveg, um það bil 15 mínútur.

2 Bætið farro út í vatn, látið sjóða aftur og eldið þar til kornin eru mjúk með smá tyggingu, 15 til 30 mínútur. Tæmið farro, dreift á bökunarplötu og látið kólna alveg, um það bil 15 mínútur.

3 Þeytið olíu, sítrónusafa, skalottlauka, sinnep, pipar og salt saman í stórri skál. Bætið smábaunum, farro, baunum, tómötum, ólífum og dilli saman við og blandið saman. Kryddið með salti og pipar eftir smekk og berið fram.

96. Kamut með gulrótum og granatepli

Þjónar 6

1 bolli kamut, skolað og tæmt
¼ teskeið matarsalt, auk salts til að elda kamut
2 matskeiðar jurtaolía
2 gulrætur, skrældar og skornar í ¼ tommu bita
2 hvítlauksrif, söxuð
¾ tsk garam masala
¼ bolli skurnar pistasíuhnetur, létt ristaðar og grófsaxaðar, skiptar
3 matskeiðar saxað ferskt kóríander, skipt
1 tsk sítrónusafi
¼ bolli granatepli fræ

1 Látið 2 lítra vatn sjóða í stórum potti. Hrærið kamut og 2 tsk salt út í. Suðu aftur; draga úr hita; og látið malla þar til það er mjúkt, 55 mínútur til 1¼ klukkustund. Tæmdu vel. Dreifið á bökunarplötu og látið kólna í að minnsta kosti 15 mínútur.

2 Hitið olíu á 12 tommu pönnu við miðlungshita þar til hún ljómar. Bætið við gulrótum og salti og eldið, hrærið oft, þar til gulrætur eru mjúkar og léttbrúnar, 4 til 6 mínútur. Bætið hvítlauk og garam masala út í og eldið, hrærið stöðugt, þar til ilmandi, um 1 mínútu. Bætið kamut út í og eldið þar til það er orðið heitt í gegn, 2 til 5 mínútur. Af hita, hrærið helmingnum af pistasíuhnetum, 2 msk kóríander og sítrónusafa saman við. Kryddið með salti og pipar eftir smekk. Flyttu yfir í skál og stráðu granateplafræjum yfir, pistasíuhnetum sem eftir eru og 1 matskeið af kóríander. Berið fram.

97. Stökkt linsubauna- og kryddjurtasalat

Þjónar 6 til 8

1 tsk matarsalt til pæklunar
½ bolli þurrkaðar linsubaunir du Puy, teknar yfir og skolaðar
⅓ bolli jurtaolía til steikingar
½ tsk malað kúmen
¼ teskeið auk klípa borðsalts, skipt
1 bolli hrein grísk jógúrt
3 matskeiðar extra virgin ólífuolía, skipt
1 tsk rifinn sítrónubörkur auk 1 tsk safi
1 hvítlauksgeiri, saxaður
½ bolli fersk steinseljublöð
½ bolli rifið ferskt dill
½ bolli fersk kóríanderlauf
¼ bolli þurrkuð kirsuber, saxuð
Granatepli melass

1 Leysið 1 tsk salt upp í 1 lítra af vatni í skál. Bætið við linsubaunir og látið standa við stofuhita í að minnsta kosti 1 klst. Tæmið vel og þurrkið með pappírsþurrku.
2 Hitið jurtaolíu í stórum potti við miðlungshita þar til hún ljómar. Bætið við linsubaunir og eldið, hrærið stöðugt, þar til þær eru stökkar og gullnar í blettum, 8 til 12 mínútur (olía ætti að kúla kröftuglega í gegn, stillið hitann eftir þörfum). Tæmdu linsurnar varlega í fínmöskju sigti yfir skálina og færðu síðan linsurnar yfir á pappírsklædda disk. Fleygðu olíu. Stráið kúmeni yfir og ¼ teskeið salti og blandið saman; setja til hliðar.
3 Þeytið jógúrt, 2 msk ólífuolíu, sítrónubörk og safa og hvítlauk saman í skál og kryddið með salti og pipar eftir smekk. Dreifið jógúrtblöndunni yfir borðið. Kasta steinselju, dilli, kóríander, afganginum af klípu salti og 1 msk ólífuolíu sem eftir er saman í skál, hrærið síðan linsubaunir og kirsuber varlega saman við og raðið ofan á jógúrtblönduna, skilið eftir 1 tommu brún. Dreifið granateplumelassa yfir og berið fram.

98. Túnfiskur og Heirloom tómatsalat

Þjónar 6 til 8 | Virkur tími 20 mínútur
Heildartími 20 mínútur
4 heirloom tómatar, kjarnhreinsaðir og skornir ½ tommu þykkir
1¼ tsk matarsalt, skipt
⅓ bolli extra virgin ólífuolía
1½ msk sítrónusafi
1 matskeið Dijon sinnep
1 hvítlauksgeiri, saxaður
¼ tsk pipar
3 (6 aura) krukkur olíupakkaður túnfiskur, tæmd (1½ bolli)
1 bolli fersk steinseljublöð
½ bolli steinhreinsaðar kalamata ólífur, helmingaðar
1 skalottlaukur, sneiddur þunnt

Marklína
Fyrir enn litríkara salat, notaðu blöndu af gulum, appelsínugulum og/eða rauðum arfatómötum.

Fullkomið par
Berið fram með smjörbauna- og baunadýfu með myntu (þessi síða) eða toppað naan (sjá þessa síðu).

AF hverju þessi uppskrift virkar. Þetta samsetta salat er búið til með björtum, sætum arfatómötum, toppað með haug af ríkulegum túnfiski og léttklæddu með sítrónu-, jurta-, sinnepssósu, þetta samsetta salat er gert fyrir afslappaða skemmtun á sumrin. Og enn betra, það lítur út eins glæsilegt og lítill diskur á veitingastaðnum á meðan hann kemur saman á örfáum mínútum. Notkun hágæða olíupakkaðs túnfisks bætir við ríkidæmi og yfirburða bragði. Kalamata ólífur bæta við enn meira saltríkum og andstæðum litum og einn skalottlaukur gefur smá bit. Þú getur skipt út vínviðarþroskuðum tómötum fyrir arfatómatana, ef þess er óskað.

1 Rístómatar á litla matardiska og stráið ½ tsk salti yfir.

2 Þeytið olíu, sítrónusafa, sinnep, hvítlauk, pipar og afganginn af ¾ teskeið salti saman í stórri skál. Pantaðu 2 matskeiðar vínaigrette.

3 Bætið túnfiski, steinselju, ólífum og skalottlaukum við vínaigrettuna sem eftir er í skálinni og blandið varlega saman. Skiptið salatinu jafnt á milli diska ofan á tómötum. Dreypið frátekinni vinaigrette yfir salöt. Berið fram.

99. Krabbi og Mizuna salat

Þjónar 6 til 8 | Virkur tími 20 mínútur
Heildartími 20 mínútur
12 aura krabbakjöt, valið fyrir skeljar
½ bolli majónesi
2 laukur, hvítir hlutar saxaðir, grænir hlutar þunnar sneiðar
2 matskeiðar hakkað ferskt shiso
2 matskeiðar ókryddað hrísgrjónaedik, skipt
4 tsk hakkað súrsað engifer
2 tsk wasabi-mauk, skipt
¼ bolli extra virgin ólífuolía
¼ tsk matarsalt
8 únsur (8 bollar) mizuna eða ungar rucola
1 bolli snöggsýrð Daikon radísa og gulrót (þessi síða)
Forskot
Geymið krabbablönduna í kæli í allt að 1 dag áður en restin af salatinu er sett saman.
Fullkomið par
Berið fram með Curried Deviled Egg (þessi síða), Patatas Bravas (þessi síða) eða Blini (þessi síða).
AF HVERJU ÞESSI UPPSKRIFT VIRKAR Ferskt grænmeti toppað með dúkkum af sætu krabbakjöti kryddað með brennandi engifer og wasabi er uppskrift að sjónrænu hrífandi og bragðgóður samsettu salati. Mizuna, súrsuðu engifer og wasabi stuðla að fjölbreyttri áferð og kryddaðan bita; majónes bætir bragðmikla auðlegð; og shiso lauf koma með feitletrað, næstum ólýsanlegt bragð sem sameinar keim af myntu, kóríander, basil og estragon. Mizuna, japanskt sinnepsgrænt, hentar vel fyrir laufléttan hluta salatsins. Við hrærum meira wasabi út í einfalda vinaigrette af ólífuolíu, rauðlaukshvítum og hrísgrjónaediki, og til að fá aðeins meira marr, toppum við hvert salat með handfylli af súrsuðum daikon radish og gulrót. Athugaðu að þessi uppskrift kallar á ókryddað hrísgrjónaedik; við mælum ekki með því að nota kryddað hrísgrjónaedik í staðinn.
Þrýstið krabbanum þurrt með pappírshandklæði, blandið síðan varlega með majónesi, rauðlauk, shiso, 2 tsk ediki, súrsuðu engifer og ½ tsk wasabi í skál; kryddið með salti eftir smekk. Þeytið olíu, salt, hvítlauk, afganginn af 4 tsk ediki og 1½ tsk wasabi saman í stórri skál. Bætið mizuna og súrsuðu grænmeti út í og blandið varlega til að blanda saman, skiptið síðan á einstaka diska. Berið fram, fyllið einstaka skammta með krabbablöndu.

100. Pinto bauna, ancho og nautasalat

Þjónar 8 til 10 | Virkur tími 35 mínútur
Heildartími 35 mínútur, auk 35 mínútna sitjandi og hvíldar
1 bolli rauðvínsedik
⅓ bolli sykur
1¼ tsk matarsalt, skipt
4 aura poblano chiles, stofnað, fræhreinsað og sneið ⅛ tommu þykkt
1 (1 pund) pilssteik, snyrt og skorin í þriðju
2 tsk ancho chile duft
¾ tsk pipar, skipt
2 matskeiðar jurtaolía, skipt
2 (15 aura) dósir pinto baunir, skolaðar
12 aura jicama, skrældar og rifnar (1½ bollar)
½ bolli smátt saxaður rauðlaukur
¼ bolli söxuð fersk kóríanderlauf og stilkar, auk auka til að strá yfir
3 msk lime safi (2 lime)
1½ aura cotija ostur, mulinn (⅓ bolli)
½ únsa ósykrað súkkulaði, fínt saxað (valfrjálst)

Forskot
Kælið bauna-jicama blönduna, án kóríander, í allt að 1 dag. Hellið kóríander út í og toppið með steik rétt áður en hún er borin fram.

Marklína
Til að fá klassískari framsetningu á litlum diskum skaltu setja baunablönduna á einstaka diska og setja örlítið af nautakjöti yfir áður en skreytingum er stráð yfir.

Fullkomið par
Berið fram salat með Cajun súrsuðu okra (þessi síða) eða tómatsalati (þessi síða) og hressandi Watermelon-Lime Aguas Frescas (þessi síða).

AF HVERJU ÞESSI UPPSKRIFT VIRKAR Þetta salat sem hægt er að deila er virðing fyrir mexíkóska hráefninu sem var innblástur í sköpun þess. Ancho chiles, sem er oft notað í mexíkóskri matargerð, eru þurrkaðir poblanos; við notum bæði ferskt og þurrkað form, notum ancho chile duft sem nudd fyrir steikina okkar og fljótsúrsuðum poblanos fyrir súrsætan kryddaðan. Rifinn jicama kemur marr í salatið okkar af pinto baunum, rauðlauk, kóríander og lime safa. Klædda salatið er hressandi mótvægi við ríkulega, kryddnuddaða pilssteikina sem við svíðum á pönnu. Möluð cotija gefur réttinum umami, saltbita. Að lokum, stráð af fínsöxuðu ósykruðu súkkulaði gefur flókna beiskju og ilm. Passaðu að sneiða steikina þunnt á móti korninu annars verður hún mjög seig. Mikilvægt er að saxa súkkulaðið fínt þar sem stærri súkkulaðistykki verða ofboðslega bitur.

1 Örbylgjuedik, sykur og ¼ tsk salt í meðalstórri skál þar til það mallar, 3 til 4 mínútur. Þeytið til að leysa upp sykurleifar og salt, hrærið síðan poblanos saman við. Látið sitja, hrærið af og til, í 30 mínútur. Tæmið og setjið til hliðar.

2 Þurrkaðu steikina á meðan með pappírsþurrkum og stráðu síðan chili dufti yfir, ¼ tsk pipar og ½ tsk salti. Hitið 1 matskeið olíu í 12 tommu pönnu yfir miðlungs háum hita þar til það er rétt að reykja. Bætið við steik og eldið þar til það er vel brúnt og kjötið mælist 120 til 125 gráður (fyrir miðlungs sjaldgæft), um það bil 2 mínútur á hlið. Færið steikina yfir á skurðbrettið, tjaldið með álpappír og látið hvíla í 5 mínútur.

3 Kasta varlega baunum, jicama, lauk, kóríander, límónusafa, ½ tsk salt sem eftir er, ½ tsk pipar og 1 msk olía sem eftir er til að blanda saman og færðu síðan yfir á framreiðsludisk. Skerið steik þunnt á móti korni og raðið ofan á salatið. Stráið cotija yfir; súkkulaði, ef það er notað; poblanos; og auka kóríander. Berið fram.

NIÐURSTAÐA

Litlir diskar eru frábær leið til að leiða fólk saman og skapa skemmtilega og líflega matarupplifun. Hvort sem þú ert að halda matarboð eða einfaldlega að leita að nýrri leið til að njóta máltíðar, þá munu þessar 10 uppskriftir af litlum diskum án efa þóknast. Allt frá sterkum kjötbollum til fylltra sveppa, hver uppskrift er hönnuð til að vera fljótleg, auðveld og ljúffeng. Svo vertu tilbúinn til að heilla gesti þína með þessum bragðgóðu litlu diskum og njóttu skemmtilegrar og bragðmikillar máltíðar.

www.ingramcontent.com/pod-product-compliance
Lightning Source LLC
LaVergne TN
LVHW021656060526
838200LV00050B/2377